ఝాన్సీ మజిలీ కథలు

మధునాపంతుల సత్యనారాయణ మూర్తి

ఛాయ

హైదరాబాద్

JHANSI MAJILI KATHALU
Travelogue

Author :
MADHUNAPANTULA SATYANARAYANA MURTY
AndhriKuteeram
Pallipalem - 533464
Mobile : 9704186544

First Edition: February, 2023

Copies: 500

Published By:
Chaaya Resources Centre
103, Hritha Apartments,
A-3, Madhuranagar,
HYDERABAD – 500038
Ph: (040) - 23742711
Mobile: +91-709310 65151
email: chaayaresourcescenter@gmail.com
Publication No.: CRC- 90
ISBN No. 978-93-92968-53-2

Cover and Book Design :
Kranthi @ *77027 41570*

Printed at:
Printone Digital,
45/6, 8 th cross, 6 th block,
Gubbanna Industrial Estate,
Rajajinagar,
Bangalore

For Copies:
All leading Book Shops
https:/amzn.to/3xPaeId
bit.ly/chaayabooks

Rs.150/-

అంకితం

ఒక పెద్ద వారసత్వ సంపదను ఇచ్చిన ఇద్దరు తాతలు.

ఒకరు

పితామహుడు, భిషగ్రత్న

మధునాపంతుల సత్యనారాయణ మూర్తి

మరొకరు

మాతామహుడు

ఓలేటి వేంకట చలపతి

వీరిద్దరి ప్రేమకూ

వినయపూర్వకంగా....

మనుమడు

మధునాపంతుల సత్యనారాయణ మూర్తి.

ఝూన్సీ దారిలో...

ముందుమాట

ఈ పుస్తక రచయిత చిరంజీవి. మధునాపంతుల సత్యనారాయణ మూర్తి చిన్నతనం నుండీ నాకు ఆత్మీయుడు. మా కుటుంబంలో మా తరువాత తరంలో మొదటి మగ సంతానంకావడం వలన రెండు తరాల మధ్య వారధి "అయినవాడు". 1965 సంవత్సరం బహుశా అప్పటికి అతనికి పద్నాలుగు, పదిహేనేళ్ళ వయసనుకుంటా! మేమిద్దరం కలసి బంధువులు, స్నేహితుల ఇళ్లకు వెళ్ళేవాళ్ళం. చుట్టుప్రక్కల దేవాలయాలన్నీ చూసేవాళ్ళం. అలా మా మధ్య బంధుత్వం మైత్రిగా మారింది. వరసకు మేనల్లుడయినా మా అన్నగారి అమ్మాయి విజయలక్ష్మిని పెళ్ళాడి అల్లుడు హోదాకి రావడంతో మైత్రి మరలా అనుబంధమైంది.

మా సత్యం చిన్నవాడైనా అతని సహాయ సహకారాలు అందుకున్న సంఘటనలు ఎన్నో ఉన్నాయ్. 1975వ సంవత్సరంలో నా భార్య ప్రసవ సమయములో, పల్లిపాలెంలో మాకున్న పొలం వ్యవహారాల్లో అతడు చేదోడు వాదోడుగా నిలిచాడు.

ఇక మొదటిసారి అతని కవితలను 1996లో "పరంపర" పేరిట సంకలనం చేసినపుడు నిశిత పరిశీలన, వైయక్తికశైలితో పాటు కవిత్వంలో తనదైన చమత్కారాన్ని జోడించగల నేర్పుకి ముగ్ధుడనయ్యాను. అప్పటినుండీ అతని సాహిత్యవ్యాసంగం సన్నిహితంగా పరిశీలిస్తూనే ఉన్నాను.

ఐతే, ఇపుడీ పుస్తకం మరింత ప్రత్యేకమైంది, ముఖ్యంగా నాకు. తన ఝాన్సీ జ్ఞాపకాలను మా కుటుంబంతో గల అనుబంధాన్ని పెనవేసి వ్రాసిన ఈ 50 భాగాల

యాత్రాసాహిత్యం సత్యం ఇచ్చిన అరుదైన అద్భుతమైన కానుకగా పదిలపరచుకుంటాను. ఎక్కడో గోదావరి జిల్లాల్లోని ఒక వ్యక్తి చుట్టపు చూపుగా వెళ్ళిన ఒక నగరం అతడికి ఎంతగా ప్రేరణ కలిగించకపోతే అతని ప్రయాణ విశేషాలన్నీ ఒక పుస్తకం అవుతాయ్! ఈ పుస్తకంలోని ప్రతి మాటా నన్ను దశాబ్దాల వెనుకకు తీసుకు వెళ్ళి ఆయా సన్నివేశాల్లో నిలిపింది, ఎందరో వ్యక్తుల గురుతులను తట్టి లేపింది. ఆ జ్ఞాపకాలలో నేను పరవశుడనయ్యాను. ఇంతటి ఆనందాన్ని కలిగించిన మా సత్యానికి మా ఇలవేల్పు దుర్గామాత సంపూర్ణ ఆయురారోగ్యాలను అందించాలని ప్రార్థిస్తూన్నాను.

– **ఓలేటి వీర వేంకట సూర్య సత్యనారాయణ మూర్తి** (సత్యం మామయ్య)

501, శేషసాయి రెసిడెన్సీ,

6-3-609/127, ఆనంద్ నగర్,

ఖైరతాబాద్, హైదరాబాద్ - 500004

ఝాన్సీ గలే కీ ఫాంసీ

నేను గతంలో ఎప్పుడూ ఇలా ముందుమాట రాయడం జరగలేదు. అయితే మా బావ ప్రతీ రచన తప్పనిసరిగా చదువుతా... తనదంటూ ఒక విశిష్టశైలి గల వ్యక్తి... ఒక రకమైన చమక్కు కనిపిస్తుంది ఏది రాసినా...

అభ్యాసేన నలభ్యంతే చత్వారః సహజాగుణాః

దాత్రుత్వం ప్రియవకృత్వం కవిత్వముచితజ్ఞతా!

అయితే ప్రయత్నించో లేక సందర్భానుసారంగానో దానం, ప్రియభాషణం కుదరవచ్చు గానీ కవిత్వం, ఉచితానుచితజ్ఞానం ఇవి ఖచ్చితంగా సహజగుణాలే... అనుకరించో, ప్రయత్నించో కుదిరేవి కావు... అటువంటి సహజగుణాలు పుష్కలంగా ఉన్న వ్యక్తి.

ఈ పుస్తక రచయితతోనే కాక పుస్తకంతో కూడా చాలా దగ్గర సంబంధం ఉండటం వలన నేను ముందుమాట రాయడానికి ఉద్యమించా..

పుస్తక రచయితకి నేను బావమరిదిని... మేము ఇద్దరం మేనత్త, మేనమామ పిల్లలం... మా జనరేషన్‌లో మగసంతానంలో పెద్ద...

మా పెద్దక్కని పెళ్ళాడి ప్రేమించి (ప్రేమిస్తూ) బావ అయ్యాడు...

నేను గత 33 సంవత్సరాలుగా ఝాన్సీలో ఉద్యోగరీత్యా ఉంటున్నాను. ఉద్యోగం మా సత్యంబాబయ్య వేయిస్తే, మా అక్క, పెద్దబావ(ఈ పుస్తక రచయిత) 1989 అక్టోబర్‌లో నన్ను ఝాన్సీ తీసుకు వచ్చి వదలడం జరిగింది.

ఇక్కడ వాళ్ళు వేళాకోళంగా అంటూ ఉంటారు "ఝాన్సీ గలే కీ ఫాంసీ" అని...

అంటే ఒకసారి ఝాన్సీ వస్తే ఝాన్సీ ని వదలలేం... ఇది నా విషయంలోనే కాక మా బావ విషయంలో కూడా నిజమయింది.

ఈ పుస్తకంలో రచయిత పాత జ్ఞాపకాలతో బాటు, మా అందరి జ్ఞాపకాల్ని, చారిత్రాత్మక విశేషాల నేపథ్యంగా సఫలీకృతంగా ముందుకు తీసుకువచ్చారు.

సమయం ప్రతీదానిలోనూ మార్పును తీసుకువచ్చినా జ్ఞాపకాలు మాత్రం ఎపుడు గుర్తుకుతెచ్చుకున్నా నిత్యనూతనంగా సువాసనలు వెదజిమ్ముతూ పసితనంతోనే మనోవీధుల్లో తిరుగాడుతాయి.

ఈ విధమైన ఆలోచనలు ఎపుడు వచ్చినా పాత రోజుల్ని తలచుకొని ఆనందించటం కద్దు.

ఈ పుస్తకం అలా చాలా జ్ఞాపకాలని తట్టుతూ ఎదరకి తీసుకువెళ్తుంది.

ఈ పుస్తకంలో నేను కూడా ఒక పాత్రధారిని కావడం నాకు చాలా ఆనందంగా ఉంది.

త్వరలోనే రెండవ భాగం కూడా మన ముందుకు రావాలని ఆకాంక్షిస్తూ... స్వస్తి పలుకుతున్నా.

శుభం భూయాత్

ఓలేటి. శ్రీనివాస మూర్తి

వింజరం @ ఝాన్సీ

జీవన వ్రతకథ

మీ చేతుల్లో ఉన్న పుస్తకం కొత్త పుస్తకం, గొప్ప పుస్తకం కూడానూ. దీన్ని ఇప్పటి వరకూ మనకు తెలిసిన ఏ సాహిత్యప్రక్రియల్లోనూ చేర్చలేం. ఇది యాత్రాచరిత్రనా లేక జ్ఞాపకాల కథనమా లేక ఒక కుటుంబగాథా చిత్రమా? ఎవరికి వారు చదివి తేల్చుకోవాలి. కాని పుస్తకం మొత్తం చదివాక ఇది ఏ సాహిత్య ప్రక్రియ అని అడగడం మీరు మర్చిపోతారు. మీ కళ్ళు చెమరుస్తాయి. మీరెక్కడో దూరదేశంలో ఉండగా ఎవరో మీ ఊరి మనిషి మిమ్మల్ని మీ స్వగ్రామపు యాసలో పలకరిస్తే మీకు ప్రాణం లేచి వస్తుందే, అలా అనిపిస్తుంది.

ఈ పుస్తకంలో ఏముందో నేనిక్కడే చెప్పేస్తే మీకై మీరు పొందబోయే సర్ప్రైజ్‌నీ, సంతోషాన్నీ నేను కొంత లాగేసుకున్నట్టు అవుతుంది. కాబట్టి ఇందులో ఏముందో మాటమాత్రంగా కూడా మీకు చెప్పను. ఎందుకంటే ఈ చిన్న పుస్తకంలో ప్రతి ఒక్క లైనూ, ప్రతి ఒక్క పదప్రయోగం, ప్రతి ఒక్క సంఘటనా విలువైనదే. ఏది ముందు చెప్పేసినా ఆ సన్నివేశం నుండి దాన్ని బయటకి తీసినట్టే అవుతుంది.

మధునాపంతులకీ మోరోపంత్ కీ ఏమి సంబంధం ఉందో మనకు తెలియదు గాని, ఇది ఉత్తర దక్షిణ భారతదేశాల మధ్య అల్లుకున్న ఒక ఇంద్రచాపానికి చెందిన కథ. మధునాపంతుల గోదావరి నదీ ప్రాంతానికి చెందిన పల్లిపాలెం గ్రామానికి చెందిన ఒక పండితుడు. కవి, పండితుల కుటుంబంలో పుట్టినవాడు. పల్లిపాలెంలో, ఆయన పుట్టి పెరిగిన తావుల్లో చెట్లు కూడా కవిత్వం చెప్తాయి. ఒకప్పుడు తిరుపతి వేంకట కవులు తమ సాహిత్యచర్చలకీ, స్పర్థలకీ, సమాధానాలకీ అన్నిటికీ ఆ ఊరు ఒక సాక్షి అని చెప్పుకున్నారు. సత్యనారాయణగారి పెద్దనాన్నగారు మధునాపంతుల సత్యనారాయణ శాస్త్రి ఆంధ్రుల చరిత్రను కావ్యంగా రాసిన మహాకవి. సత్యనారాయణ తండ్రిగారు సూరయ్య శాస్త్రిగారు కవి, భావుకుడు, భిషగ్వరుడూను. సత్యనారాయణ కూడా ఇప్పటిదాకా మూడు

వచనకవితా సంపుటాలు కూడా వెలువరించాడు.

కాని ఈ రచనలో ఆ లెర్నింగ్ ఏమీ కనిపించదు. నిజానికి ఇది అన్‌లెర్నింగ్‌కి సంబంధించిన పుస్తకం. మనిషి ఎన్ని శాస్త్రాలైనా చదవవచ్చుగాక, ఎన్ని విద్యలైనా నేర్వ వచ్చుగాక. కాని అంతదాకా తనకు పరిచయం లేని ప్రదేశంలో అడుగుపెట్టవలసి వచ్చినప్పుడు ఆ విద్యలేవీ ఉపకరించవు. అక్కడ అతడు నెగ్గుకురావడానికి రెండు అంశాలు మాత్రమే ఉపకరిస్తాయి, ఒకటి, అతడిలోని అచ్చపు మనిషితనం, రెండోది, అతణ్ణి పెంచి పెద్దచేసిన కుటుంబ సంస్కారం. కాబట్టి ఇది ఒక మనిషి సంస్కారానికీ, ఒక కుటుంబసంస్కారానికీ సంబంధించిన కథ.

ఒకరకంగా ఇది పెద్దవాళ్ళ Alice in Wonderland. పెద్దవాళ్ల పంచతంత్రం. (ఇంతకీ ఇందులోనూ అయిదు భాగాలున్నాయి, కాని మొత్తం పుస్తకమంతా మిత్ర లాభమే. మిత్రభేదం అన్న మాటే లేదు). పెద్దవాళ్ళ నీతికథల పుస్తకం. దాదాపుగా అన్ని అధ్యాయాల చివరా ఏదో ఒక నీతి ఉంది, పుస్తకం చివర కూడా ఒక నీతి వాక్యం ఉంది. కాని అది పుస్తకమంతా చదివేక చదువుకోవలసిన నీతివాక్యం. అయితే ఈ గ్రంథం చదవడం పూర్తిచేసాక, ఆ వాక్యాన్ని కూడా మనం ఒక నీతి వాక్యంగా లెక్కేసుకుంటాం.

'మీరూ అందరి దగ్గరికీ వెళ్ళండి, వారిని ఆహ్వానించండి. ఆనందించండి. పెద్దగా ఖర్చుకాదు. ఒక మాల్ లో గంట గడిపితే అయే ఖర్చుతో మనవారితో రెండు రోజులు గడపవచ్చు.'

ఇది వ్రత కథ కూడా. జీవనవ్రత కథ. దీనికి ఒక ఫలశ్రుతి కూడా ఉంది. పుస్తకం ముగించేక మీరు చెయ్యవలసింది నలుగురికి భోజనం పెట్టడం, నలుగురితో కలిసి విందు ఆరగించడం.

ఈ రచన అందరూ చెయ్యగలిగేది కాదు. మా రెండో అన్నయ్య వీరభద్రుడు, వాణ్ణి మేం భద్రం అంటాం. వాడు ఆ మధ్య ఒకసారి ఫోన్ చేసి 'ఆ సత్యనారాయణ రాస్తున్నాడు చూడు, అలా రాయడం నేర్చుకో, నువ్వా రాస్తావు ఏదేదో, రాయడమంటే ఎలా ఉండాలో సత్యనారాయణని చూసి నేర్చుకో ' అన్నాడు. ఈ రచన ఆసాంతం చదివేక నాకు ఏమి అర్థమయిందంటే, సత్యనారాయణలాగా జీవిస్తే తప్ప సత్యనారాయణలాగ రాయలేమని.

వాడ్రేవు చినవీరభద్రుడు

హైదరాబాదు

17-12-2022 - ధనుర్మాస ప్రారంభం

ఝాన్సీ వెళదాం రండి...

చరిత్రను ఇతిహాసంగా మలచిన ఆంధ్రపురాణకర్త మధునాపంతుల సత్యనారాయణ శాస్త్రి గారు సత్యనారాయణమూర్తి పెదనాన్న. వేంకట రామకృష్ణకవుల్లో ఓలేటి వేంకట రామశాస్త్రి మాతామహుల తరపున ముత్తాత. తండ్రి సూరయ్యశాస్త్రి గారు పద్యకవిగా (దేవీ నవతి) తెలుగు పండితునిగా లబ్ధప్రతిష్టులు. ఇదీ ఘన వారసత్వ సాహితీ సంపదల పరంపర.

మధునాపంతుల సత్యనారాయణ మూర్తి కవి, కథకుడు, వక్త. అనుభూతి ప్రధానంగా కవిత్వం రాసారు. అనుబంధాల్ని, మానవ సంబంధాల్ని కవిత్వం చేస్తూ సాహితీ వారసత్వాన్ని అంది పుచ్చుకున్నారు. మూడు కవితా సంపుటులు వెలయించారు. 'పరంపర' కావ్యానికి సరసం పురస్కారం పొందారు. రాసిలో తక్కువైనా సామాజిక చింతనతో అనుభవాల పలవరింతలతో కథలు రాశారు. నదిని ఆవహించుకుని దీర్ఘకవిత రాశారు. అలవోకగా వ్యంగ్య శోభతో పదాలను వింగడించి చమత్కారాన్ని సృష్టించే నేర్పుతో సభను రంజింపచేయగలరు. సంస్కృత శ్లోకాల్ని, పద్యాలని సందర్భవశాన ఉటంకించగలరు. విషయ విశదీకరణతో, గాఢతతో వక్తగా సభల్లో మాట్లాడుతారు. ఆంధ్రీకుటీరం సంచాలకులుగా పల్లిపాలెంలో అనేక సాహిత్య కార్యక్రమాలు నిర్వహించారు.

తెలుగు బోధించే ఉపాధ్యాయునిగా జీవితాన్ని, వృత్తినీ ఫలవంతం చేసుకుని వందలాదిమంది శిష్యుల్ని పోగు చేసుకున్నారు. చమత్కార చతురతతో మిత్రుల్ని ఆనందింపచేశారు. స్నేహశీలత, సహృదయత, ఆత్మీయత సంగమం ఆయన వ్యక్తిత్వంగా చెప్పుకోవచ్చు.

మధునాపంతుల సత్యనారాయణ మూర్తికి అధ్యయనం ఉంది. బాల్యంలో తండ్రి

సూరయ్యశాస్త్రి గారి సాన్నిహిత్యం సాంగత్యంలో ఇంటి వాతావరణం సాహిత్య నిలయంగా... నిత్యం కావ్య సందోహంగా గడిచింది. అందుకే ప్రాచీన సాహిత్యం తాలూకు పద్యాలు, శ్లోకాలు కంఠోపాఠం అయ్యాయి. సూరయ్య శాస్త్రి గారికి ఆధునిక కవిత్వంలోని అచ్చమైన కవిత్వాన్ని ఆస్వాదించే సహృదయం ఉండటంతో కుమారుని వచన కవిత్వ అభిరుచిని కాదనలేదు. ప్రోత్సహించారు.

ప్రస్తుతానికొస్తే సత్యనారాయణ మూర్తి ఇప్పటివరకూ వివిధ సందర్భాల్లో ఝాన్సీని దర్శించారు. ఝాన్సీ అనగానే ఒక పోరాట యోధురాలి జీవితం, చరిత్ర గుర్తుకొస్తుంది. భారత స్వాతంత్ర్య సంగ్రామ చరిత్రలో లక్ష్మీభాయి పేరు చిరస్మరణీయమైనది. యుద్ధకళలు, కత్తి యుద్ధం, గుర్రపుస్వారీ నేర్చి బ్రిటిష్ వారికి వ్యతిరేకంగా పోరాడిన వీరనారి ఆమె. జాతిని కుదిపిన వీరవనిత. విదేశీ పాలనను ఎదిరించి చరిత్ర పుటల్లో నిలిచిన ధీరవనిత. పౌరుషానికి చిరునామా ధీరత్వానికి ప్రతీకగా ప్రతి స్త్రీ గర్వపడే ఆదర్శ మహిళగా పేరుగాంచినది ఝాన్సీ లక్ష్మీభాయి. ఇప్పుడు వారసత్వమే గొప్ప అర్హతగా అధికారం చెలాయించే ప్రజాస్వామిక దినాల్లో లక్ష్మీభాయి వారసులెక్కడ? ఈ ప్రశ్న ఎందుకంటే ఝాన్సీకి దగ్గరగా ఉన్న ఓర్చా కోటకు సత్యనారాయణ మూర్తి వెళ్ళినప్పుడు ఒక దయనీయమైన స్థితిలో ఎనభై ఏళ్ళ వృద్ధుడ్ని కలిసారు. బీడీ తాగుతూ కుక్కి మంచం మీద ఉన్నారాయన. ఒకరిని చేయి చాచడం రాక మేకల్ని మేపుకుంటున్నాని ఆ ముసలాయన చెబుతాడు. ఝాన్సీ లక్ష్మీభాయి ఏడో ఎనిమిదో తరం వాళ్ళు కూడా టైపిస్టులాంటి చిన్న ఉద్యోగంలో ఉన్నట్టు చదవడం జరిగింది.

పురాతన చారిత్రక ప్రసిద్ధమైన హిందూ రాజ్యం ఝాన్సీకి అపుడపుడు ఆరుసార్లు వెళ్ళారు. ఒక యాత్రగా కొత్త ప్రదేశానికి వెళ్ళినప్పుడు అక్కడ ప్రయాణపు విశేషాల్ని అక్షరబద్ధం చేసి మనల్ని ఆ ప్రాంతం సందర్శించేలా చేయడం లేదా మనం కూడా ప్రయాణిస్తున్న అనుభూతిని కలిగించడం పరిపాటి. దీనికి నిశిత పరిశీలన, ప్రత్యేక దృష్టి అవసరం. ముందస్తు ప్రణాళిక కూడా కావాలి. సత్యనారాయణ మూర్తికి మొదటిసారి వెళ్ళినప్పుడు గానీ, ఆ తర్వాత గానీ ఆ దృష్టి లేదు. అయినప్పటికీ తిరిగిన చోటునే తిరిగిన అనుభవాల్ని జ్ఞాపకాల ఆధారంగా తీరిగ్గా కూర్చుని తర్వాత కాలంలో ఆసక్తికరమైన కథనంగా రాయాలనే తలంపు కలిగింది. ఫలితమే ఈ పుస్తకం.

సత్యనారాయణ మూర్తికి ఝాన్సీతో నాలుగున్నర దశాబ్దాల అనుబంధం ఉంది. ఝాన్సీకి సతీసమేతంగా ఈ సంవత్సరం (2022) జూలైలో ఆఖరుగా వెళ్ళారు. ఫేసుబుక్ రచ్చబండ మాధ్యమంగా ఆ విశేషాల్ని రాయడం మొదలుపెట్టారు. తన మస్తిష్కంలో

జ్ఞాపకాల పుట్ట కదిలింది. మిత్రుల నుంచి మంచి స్పందన రావడంతో ఝాన్సీతో తన సాన్నిహిత్యాన్ని ప్రతిరోజూ రాయడాన్ని కొనసాగించారు. అసలు మొదటిసారి ఝాన్సీ వెళ్ళడానికి కారణం నాలుగో మేనమామ ఓలేటి వెంకట సత్యనారాయణ మూర్తిగారు అక్కడ రైల్వేలో ఉద్యోగిగా ఉండడం వల్లే జరిగింది. తర్వాత బావమరిది శ్రీనివాస్ కూడా ఝాన్సీలో మంచి ప్రాముఖ్యత గల ఉద్యోగంలో స్థిరపడటంతో అనుబంధం కొనసాగింది.

సత్యనారాయణ మూర్తి ఝాన్సీతో ముడిపడిన ప్రస్థానం ఎలా సాగిందో చూద్దాం. ఇదొక జ్ఞాపకాల తోరణం. మానసిక లోకంలో చెదరని దృశ్యాల్ని అవలోకించడం.... కలల ఒడిలోంచి పునఃదర్శించడం... అక్షరాల్లోకి కుదించడం ఆయన చేసిన పని. ఆయన నలభై ఏళ్ళ నాటి జ్ఞాపకాల్ని ఒకటొకటిగా పొరలు విప్పి చెప్పడానికి ప్రయత్నం చేశారు. మొదటిసారి అమ్మమ్మను తీసుకెళ్ళడానికి తోడుగా ఝాన్సీ వెళ్ళారు. విదేశీ ప్రయాణం చేసినట్లనిపించింది. అన్నీ ఆశ్చర్యాలే. భాష, ప్రాంతం, మనుషులు అంతా కొత్తే. దేశరక్షణ కోసం శ్రమించే వ్యవస్థను చూసి ఔరా అనుకున్నారు. రక్షణ సమూహంగా అంతవరకూ పోలీసులనే చూసారు. బారిష్టరు పార్వతీశంలా కొన్ని వింత అనుభవాలూ కలిగాయి. పురాతన నగరం ఝాన్సీని రాజమండ్రితో పోల్చి చెప్పారు. నాలుగో మేనమామ ఝాన్సీ మామయ్య అన్నారు.

రెండోసారి పెదనాన్న ప్రసిద్ధ కవి సత్యనారాయణ శాస్త్రి గారు, తండ్రి సూరయ్య శాస్త్రి గారు, తల్లి గారు, చిన్న తమ్ముడు కామేష్ తో కలిసి వెళ్ళారు. మరల తాజ్ మహల్ సందర్శించారు. తిరుగు ప్రయాణం చివర రోజున ఇంటి దగ్గర తనకు తోడుగా ఉన్న రాంప్రకాష్ అర్ధరాత్రి పిల్లిలా ఏదో వస్తువును సంచిలో దాచిపెట్టడాన్ని గమనించి అనుమానపడ్డారు. తీరాచూస్తే సమయానికి నిద్ర నుంచి మేల్కోవడం కోసం ఉపయోగించే అలారంగా అది మోగినపుడు తెలిసింది.

మూడోసారి తాతపూడి రామకృష్ణావధానులు ఇంజరంలో పంచాయతన ప్రతిష్ఠ చేయదలచి సీతారాముల విగ్రహం కావాలని అడిగినప్పుడు మళ్ళీ ఝాన్సీ వెళ్ళాల్సి వచ్చింది. శిల్పాలకు వాటి నాణ్యతను బట్టి ధరలుంటాయని వాటిలో రకాల గురించి తెలుసుకున్నారు. విగ్రహాలు తీసుకొచ్చినప్పుడు సామర్లకోట రైల్వే స్టేషన్ లో దిగినపుడు అవధానులు గారు, వేదపండితుల బృందం మేళతాళాలతో స్వాగతించిన అపురూప సన్నివేశాన్ని మననం చేసుకున్నారు.

నాలుగో సారి భార్య విజయలక్ష్మి, పిల్లలు మధూళిక, రత్నకలికి, బావమరిది శ్రీనివాస్ తో కలిసి వెళ్ళారు. అప్పటికే చదువు ముగించుకున్న శ్రీనివాస్ ఉద్యోగార్థం వీరితో వచ్చాడు. అందరూ సరదాపడిన ఢిల్లీ ప్రయాణం టి.వి లో వచ్చిన బాంబు ప్రేలుళ్ళు వార్తతో వెళ్ళలేక పోయారు. శ్రీనివాస్ ఉద్యోగంలో చేరడానికి ఝాన్సీలో ఉండిపోయాడు. మధ్యలో ఒకసారి సహ ఉద్యోగి రామభద్రరాజు ముచ్చటపడి అడిగితే దసరా సెలవుల్లో ఝాన్సీ వెళ్ళారు. ఆ సమయంలో చెప్పుకోదగ్గ విశేషాలు లేకపోవడం వల్ల కాబోలు పెద్దగా వివరించలేదు.

అయిదోసారి పెద్ద వయసులో ఉన్న అత్తగారు ఝాన్సీలో ఉండడంతో సతీస మేతంగా వెళ్లారు. ఇది ఈ మధ్య జరిగిన ప్రయాణం. ఈసారి ఉజ్జయినీ ప్రయాణం సౌకర్యవంతంగా సకల సదుపాయంగా సాగింది. బావమరిది శ్రీనివాస్ మంచి హోదాలో కీలకమైన స్థానంలో ఉద్యోగం చేస్తున్నారు.

ఝాన్సీ మామయ్య (ఓవివిఎస్ఎస్ మూర్తి) ఉద్యోగ విరమణానంతరం కాకినాడలో ఉంటున్నారు. ఇపుడాయన సహాయ సహకారాలతో సత్యనారాయణమూర్తి తన ఝాన్సీ అనుభవాల్ని జ్ఞాపకాల ఆధారంగా అక్షరబద్ధం చేసిన పుస్తకాన్ని వెలుగులోకి తీసుకొస్తున్నారు. కుటుంబపరమైన అనుబంధ విశేషాలకు, వ్యక్తుల పరిచయాలకు ఎక్కువ ప్రాధాన్యతను ఇచ్చినట్టుగా అనిపించింది. చదివిన వారికి ఝాన్సీ వెళ్ళాలనే కోరిక కలిగితే సంతోషమే. అభినందనలు.

- దాట్ల దేవదానం రాజు

18-12-2022

8-1-048, ఉదయని,

జక్రియనగర్, యానాం, 533464

సెల్: 9440105987

నా మాట

2022 జూలై నెలలో నేను నా శ్రీమతి ఝాన్సీ వెళ్లాం. అక్కడి నుండి ఉజ్జయిని మొదలైన క్షేత్రాలు దర్శించాం.

ఫేస్బుక్ మిత్రులతో ఆ సంగతులు పంచుకోదలచి ఫోన్ చేతిలోకి తీసుకున్నా. అంతే! అప్పుడు నేను మొదటిసారి ఝాన్సీ వెళ్లిన సందర్భాలు ఒక్కొక్కటిగా గుర్తురావడం మొదలుపెట్టాయి. అలా.... రాసుకుంటూ వెడుతుంటే గతం ఎంత గొప్పది, తేహినో దివసా: గతా: అని అనిపించింది.

అలా ఆ పురాజ్ఞాపకాల చిట్టా 46 పోస్టులు ఐంది.. ఇంకా రాయవలసిన సంగతులు మిగిలే వున్నాయి. ఇంతటితో సరిపెట్టాను.

ఈ జీవన యానంలో పదిసార్లైనా ఝాన్సీ వెళ్లివుంటా. పదే పదే ఒక చోటికి వెళ్లి వస్తున్నామంటే అక్కడ ఏదో బలమైన బంధం వున్నట్లు లెక్క. ఆ బంధం నాలుగో మేనమామతో మొదలై నాకు బావమరది, నా ఇల్లాలు విజయలక్ష్మికి ఒక్కగానొక్క తమ్ముడు శ్రీనివాస్తో కొనసాగుతోంది.

తన తల్లి తమ్ముడు దగ్గర వుండడంతో ఝాన్సీ నాకు అత్తారి ఊరుగానూ అమెకు పుట్టిల్లుగానూ మారింది. ఇందులో మానవ సంబంధాలు వున్నాయని కొందరు, చారిత్రక అంశాలు వున్నాయని కొందరూ, మరికొందరు రచనా శైలి బాగుందనీ ఇలా బహుముఖాలుగా ప్రోత్సాహించారు.

మావయ్య ఆనందం అంతా ఇంతాకాదు. నా జ్ఞాపకశక్తికి ముచ్చట పడిపోయాడు. దీన్ని ప్రచురించి తీరాలనీ అన్నాడు. అలా మొదలైంది దీని ప్రచురణ. ప్రచురించేటప్పుడు తిరిగి మళ్లీ మరింత అందంగా చెక్కి ముద్రించండి అని కొందరు

సలహా ఇచ్చారు. నా అలసత్వం వల్ల ఆ పని చేయలేకపోతున్నా!

దీనికి ముందుమాటలు ఎవరి చేత రాయించుకోవాలి? అన్న ప్రశ్న. కుటుంబ సభ్యులు రాస్తే బాగుంటుంది. అన్నారు. సాహిత్యానికి సంబంధించి నాకు ఇద్దరు కుటుంబ సభ్యులు వున్నారు.

ఒకరు వాడ్రేవు చిన వీరభద్రుడు, రెండు దాట్ల దేవదానం రాజు. వారు బాల్యం నుండీ నాకు సన్నిహితులు. మా కుటుంబం లో ఒకరుగా మా తల్లితండ్రులు గుర్తించి ప్రేమించినవారు. ఆ పరిమళాల సాన్నిహిత్యంతో నాలుగు మాటలు రాయమని కోరా !

వీరభద్రుడు ప్రపంచ సాహిత్యాన్ని అధ్యయనం చేస్తున్న భావుకుడు. నా "చిన్న ప్రపంచపు" సాహిత్యాన్ని శ్రద్ధగా పరిశీలన చేసి నాలుగు మంచి మాటలు రాసారు. తన నిరంతర అధ్యయనంలో నాకోసం కొంత సమయాన్ని కేటాయించినందుకు ధన్యవాదాలు.

దేవదానం రాజు కథారచయిత, చారిత్రక పరిశోధకుడు, కవి, నవలాకారుడు. ఆయన నా పై ప్రేమతో అభిప్రాయం రాసి ఇచ్చారు. ఆయనకు ధన్యవాదాలు.

ఇక మావయ్యనీ, బావమరిది శ్రీనివాస్ నీ కోరా! వారూ ప్రేమతో నాలుగు మంచి మాటలు రాసారు. వారికీ ధన్యవాదాలు.

దీన్ని పుస్తకంగా ప్రచురించదలచినట్లు చెప్పగానే మిత్రుడు మోహన్ (ఛాయా పబ్లికేషన్స్) సంతోషంగా ఆ బాధ్యతను స్వీకరించారు. ఆయనకు ధన్యవాదాలు. అవధానుల మణిబాబు కొంత పరిశీలన బాధ్యత తీసుకున్నాడు. అతడికి శుభాశీస్సులు. టైప్, సెట్టింగ్‌లాంటి పనులు మణిదీప్ కొవ్వాడ (కాకినాడ) చేసారు. అతనికి శుభాకాంక్షలు.

చివరగా నేను పదేపదే ఝాన్సీ వెళ్లడానికి ముఖ్య కారణం, ఆలివైపు బంధువుల ఆదరణకు కీలకం ఐన నా భార్య, మధునాపంతుల విజయలక్ష్మికి థాంక్స్.

తరచు ఫోన్‌లో వుండే నాన్నను సహించడం సామాన్యమైన విషయం కాదు. అలా సహించిన మా ఇద్దరి బిడ్డలు మధూళిక, కలికిలకూ ఆశీస్సులు. ఈ రచనా సమయంలో నన్ను ప్రోత్సాహించిన ఫేస్‌బుక్ మిత్రులందరికీ పేరుపేరునా కృతజ్ఞతలు తెలుపుకుంటున్నా.

- మధునాపంతుల సత్యనారాయణ మూర్తి

1

ఐ లవ్ ఝాన్సీ.

మనం పుట్టిన చోటు, పెరిగి పెద్దయి స్థిరపడిన చోటు లాంటి వాటిపై ప్రేమ ఎలాగూ వుంటుంది. అవి కాక మనం ప్రేమించే చోట్లు కొన్ని వేరేగా కూడా వుంటాయి. అలాంటి చోట్ల లో కాకినాడ, రాజమండ్రిల తర్వాత స్థానంలో నాకు ఝాన్సీ వుంది.

ఝాన్సీతో నా అనుబంధం నాలుగున్నర దశాబ్దాల నాటిది. డెబ్భైయో దశకంలో మొదటి సారి మా అమ్మమ్మను తీసుకుని వెళ్లా. నాకు హిందీ రాదు. పదో తరగతి ప్రథమ శ్రేణిలో పాసైనా హిందీలో 20 మార్కులే వచ్చాయి. పాఠశాల స్థాయిలో గొప్ప బోధనా సామర్థ్యం గల సుబ్బరాజుగారు ఉపాధ్యాయులుగా వుండేవారు. ఐనా నా హిందీ అభిరుచిని పెంచలేకపోయారు.

నా నాలుగో మేనమామ సెంట్రల్ రైల్వేలో బ్రిడ్జి ఇంజనీర్. వారు ఏడుగురు అన్నదమ్ములు. ఐదుగురు అప్పచెల్లెళ్లు. అటు అన్నదమ్ముల తరపున గానీ, అప్పచెల్లెళ్ల తరపున గానీ ఎవరూ ఝాన్సీ వెళ్లలేదు. ఆనాటికి అదొక విదేశీ ప్రయాణం.

అలాంటి సందర్భంలో నేను మా అమ్మమ్మ ను తీసుకుని ఝాన్సీ వెళ్లా. మేనమామ భార్య గర్భవతి. ప్రసవ సమయంలో సహాయం కోసం వెళ్లా. ఆమె మగ శిశువును ప్రసవించింది. ఆ సమయంలో భాష రాక మిషనరీ ఆసుపత్రిలో ఆమెతో బాటు నేనూ కొన్ని నెప్పులు పడ్డా.

తీరిక సమయాల్లో సైకిల్‌పై ఊరంతా తిరిగి కొంత భాష వంట పట్టించుకున్నా.

మా సామాజిక వర్గానికి చెందిన ఒక స్త్రీ రాజ్య పాలన చేయడం, యుద్ధం చేయడం, పెద్ద కోట ఇవన్నీ నాకెంతో ఆశ్చర్యం కలిగించాయి.

రైల్వే క్వార్టర్స్‌ను ఆనుకుని మిలటరీ రెజిమెంట్ వుండేది.

మామూలు పోలీసులు తప్ప ఇంకేమీ ఎరుగని నాకు గులాంగౌసా మార్గ్ గుండా వెళుతుంటే ఇంత గొప్ప వ్యవస్థ దేశరక్షణ కోసం శ్రమిస్తోందా అని ఆశ్చర్యం కలిగేది. అలా గడిపిన నలభైరోజులు జ్ఞాపకంలో పదిలంగా వున్నాయి. అప్పుడు మొదలైంది. ఝాన్సీ మీద ప్రేమ.

ఇది ఇప్పుడే చదివేవారు గ్రహించవలసిన సంగతి, "ఝాన్సీ" అంటే అమ్మాయి కాదు. ఉత్తర ప్రదేశ్‌లో లక్ష్మీబాయి పరిపాలించిన నగరం అని.

ఝాన్సీతో అలా మొదలైన ప్రేమ కొనసాగుతూనే వుంది. ఏ నగరంతోనైనా అనుబంధం ఎందుకు కొనసాగుతుంది? అక్కడ మనకు చెందిన వ్యక్తులు, స్నేహితులు ఉంటే తప్ప. అలా మా మేనమామ 'మూర్తి' ఉద్యోగరీత్యా ఝాన్సీలో వుండడం వల్ల అతడు మాకు ఝాన్సీ మావయ్య ఐపోయాడు.

ఉద్యోగ విరమణ తర్వాత కాకినాడ లో స్థిరపడ్డా, ప్రస్తుతం హైదరాబాద్‌లో సెటిల్ అయినా, ఝాన్సీ మావయ్యగానే పిలుచుకొంటున్నాం.

మావయ్య డిప్లమో పాసైన వెంటనే కొంతకాలం శ్రీశైలం ప్రాజెక్టులో పనిజేసి, అనంతరం రైల్వే లో అవకాశం రాగానే బొంబాయి లో చేరి ఆనక ఝాన్సీ బదిలీ పైవచ్చి చేరాడు.

స్టేషన్ దగ్గరలోనే కార్యస్థానం. సమీపంలోనే రైల్వే క్వార్టర్స్. అక్కడకి దగ్గరలోనే ఆఫీసర్స్ క్లబ్ ఇవన్నీ నా సంచార కేంద్రాలు. 'తుమ్' కీ, 'ఆప్' కీ వ్యత్యాసం పాటించకుండానే ఆఫీసర్స్‌ని 'తుం' అనీ కలాసీలని 'ఆప్' అనీ మాటాడేస్తుండే వాడిని. ఇది వారికి తమాషాగా తోచిందేమో! సహృదయంగా తీసుకునేవారు.

ఈ రెండు సంబోధనల మధ్య అంతరం గ్రహించడానికి చాలా సమయం పట్టింది.

ఇక భాషకోసం బజారున పడ్డానని చెప్పానుకదా! ముందుగా వాడిన పదం "హవా భర్లో". సైకిల్ లో గాలి పోవడంతో నా ముందు గాలిపోయిన ఒకడు సైకిల్ షాపులో వాడిన పదం. నేను స్థానికుడిని అని నమ్మేంత సహజంగా ఆపదం పలికి గాలి కొట్టించుకున్నా. అది తొలి విజయం.

తరువాత తొలి తెలివితక్కువ పని కూడా చెబుతా. ఝూన్సీ లో సదర్ బజార్, షెహర్ బజార్ అని రెండు వేరు వేరు బజార్లున్నాయి. అందులో ఒకదాంట్లో ఒక పిల్లనగ్రోవి అమ్మేవాడు పాతహిందీ పాటలు ఆపాత మధురంగా ఆలాపన చేస్తున్నాడు. కొని మనమూ సాధన చేద్దామని ఎంత? అన్నాను. రూపాయిన్నర చెప్పాడు. నేను బేరమాడాలని రెండున్నర కి అడిగా. "ఇస్మేక్యా లేలో" అన్నాడు. తీసుకొని ఇంటికి వచ్చా. మేనమామ భార్యతో ఈసంగతి చెబితే చిరునవ్వు తో డేడ్ రూపాయికి, ఢాయి రూపాయికి తేడా చెప్పింది.

ఈ లెక్కల సమయంలో ఇంకో సంగతి గుర్తొచ్చింది. మిషన్ ఆస్పత్రిలో నర్సులు కేరళ వాళ్ళు. ఉత్సాహంగా సేవా భావంతో పని చేసేవారు. మా గది చూసే నర్సుకి హిందీ అసలు రాదు. నాకు సరే. అవసర రీత్యా నాకు తోచినట్టు నేనూ, ఆమెకు తోచినట్టు ఆమె మాటాడుకునే వారం. ఒక సారి 120 రూపాయల బిల్లు ఆమె ఒకరికి చెబుతోంది. చేత్తో సంజ్ఞ చేస్తూ "దస్ దస్ దస్సార్ దస్" అని. కసేపటికి అతడు అర్థం చేసుకుని,

"ఓహో ఏక్ సౌ బీస్" అన్నాడు.

అలా కాస్త కాస్త హిందీ అర్థం అవడం, నేను తిరిగి ఇచ్చే జవాబులు ఎదుటి వారికి అంతో ఇంతో తెలియడం మొదలయ్యాక బయట తిరుగుదామని నిర్ణయించుకున్నా.

ముందుగా ఉదయం బయలుదేరి సాయంత్రం తిరిగి వచ్చేలాంటి స్థలం ఏదా అని ఆలోచిస్తే ఖజరహో ఉందని తేలింది. ఝూన్సీ స్టేషన్ నుండి వొక టూరిజం వారి బస్ ఉదయం ఆరు గంటలకు బయలుదేరి చూడవలసిన ప్రదేశాలు చూపించి రాత్రి 7 గంటలకి ఝూన్సీ స్టేషన్‌లో దింపుతుంది.

మావయ్య టికెట్ వగైరాలు ముందే ఏర్పాటు చేయడంతో సుఖంగా బస్సు ఎక్కి కూర్చున్నా. బస్సులో సగంమంది విదేశీయులు. మిగతా వారు నాలాంటి వారు.

సరే, ఖజరహోలో అడుగు పెట్టా. ఎక్కడ చూసినా శిల్పసంపద. కళ్లు చెదిరే ముగ్ధ మనోహర శిల్పాలు.

అన్నీ నగ్నరూపాలు. ఎక్కడా అశ్లీలత అనిపించలేదు. ఈ శిల్పుల ఊహ, నేర్పూ, స్వేదం ఇక్కడ ఇలా రెక్కలు విప్పుకున్న సంగతి విభ్రాంతి కలిగించింది. అంగుష్ఠ ప్రమాణం నుండి ఆరున్నర అడుగుల ఎత్తు దాకా రతి భంగిమలు. ఇవన్నీ దేవాలయాలు. ఈ సుందర శిల్పాలు దాటి భగవంతుడు సన్నిధానంలో నిలబడగలిగితే సాక్షాత్కారం జరుగుతుందేమో. నాకైతే అలాంటిదేమీ జరగలేదు. మనిషి తనను

అదుపులో పెట్టుకోలేదు. దానికి ఉదాహరణ ఆ స్త్రీ మూర్తుల గుండెలు నునుపు దేలేలా చేతులు తాకిస్తూనే వున్నాడు.

ఆ ఆలయాల సముదాయానికి ఎదురుగా దట్టమైన వేపచెట్ల కింద భోజనాలయం వుంది. అక్కడ నేను కూర్చోగానే ఒక వ్యక్తి వచ్చి ఆర్డర్ తీసుకున్నాడు.

భోజనం తెచ్చి నా ఎదురుగా కూర్చుని "మీరు మద్రాసీయా" అన్నాడు. కాదు ఆంధ్రా అనీ, హైదరాబాదీ అనీ చెప్పా. "ఏం చేస్తున్నారు?" అని అడిగాడు. భాషాప్రవీణ అంటే అర్థం కాదేమోనని "డిప్లమో ఇన్ శాంస్క్రిట్" అన్నా. అతను అంతటితో ఊరుకోలేదు. మీ పాఠాలు ఏమిటి అన్నాడు.

నేను రఘువంశం, దశకుమారచరిత్ర, కాదంబరి, శాకుంతలం, మృచ్ఛకటికం ఇలా చెప్పేసరికి దిగ్భ్రాంతి చెందాడు. అతడు సంస్కృతం ఎం. ఏ చేసి కాళిదాసు నాటకాల మీద పరిశోధన చేస్తున్నాడు.

మరి ఇదేం పని అన్నా. ఈ హోటల్ మాదే. విరామ సమయాలలో ఇక్కడ వుంటా అని, "మీకు హిందీ కన్నా సంస్కృతం బాగా వచ్చు కదా" అని సంస్కృతంలో మాటాడడం మొదలు పెట్టాడు. నాకేమో పానీయ మానీయతాం లాంటివి, ఉపవిస, ఉత్తిష్ఠ లాంటివి తప్ప పెద్దగా మాట్లాడడం రాదు. ఎలాగరా! వీడి ముందు చులకన ఔతాను అనుకుంటుంటే బస్ వాడు విజిల్ వేసి పిలిచాడు. ధన్యవాద్ అని బస్ వైపు పరుగెట్టా.

భాష నేర్చుకోడానికి భాషా వినిమయ కేంద్రాలకు చేరాలి. అది ముప్ఫై రోజుల్లో నేర్పే పుస్తకాలలో కానీ, పెద్ద పెద్ద విద్యాలయాలలో కానీ సాధ్య పడుతుందని నేను అనుకోను.

ప్రజలదగ్గర, బజారులలోనూ భాష స్వాధీనమైనంతగా మరో చోట కాదు. అందుకే మావయ్య దగ్గర పనిచేసే దిగువ తరగతి ఉద్యోగులతోనూ, తోటమాలి లాంటి వారితోనూ పాలూ కూరలూ అమ్మేవారితోనూ అనుసంధానం అయ్యే వాడిని.

ఝాన్సీకి మరికొంత దగ్గర కల 'ఓర్ఛా' అనే ఊరు వెళ్లా. ఓర్ఛా కోట పెద్దది. కోటలో కొంత భాగం టూరిజం శాఖ ఆధ్వర్యంలో వుంది. వారు దాంట్లో ఒక హోటల్, విశ్రాంతి గృహం నడుపుతున్నారు.

మిగిలిన భాగంలో ఒక పాడుబడ్డ గదిలో దాదాపు ఎనభై ఏళ్ల వృద్ధుడు ఉన్నాడు.

ఒకటి రెండు మేకలు కట్టబడి వున్నాయి. తలపాగా చుట్టుకొని వున్నాడు. నెరసిన గడ్డం, మీసంతో ఒక ఠీవి ప్రదర్శిస్తున్నట్టున్నాడు. మీసం మెలిపెడుతూ బీడీ పొగ వదులుతూ కుక్కిమంచంమీద బక్కచిక్కి కూర్చున్నాడు.

నేను మెల్లగా సమీపించా. ఎవరు నువ్వు? ఈ కోటలో ఈ మకాం ఏమిటి? లాంటి ప్రశ్నలు వేసా. చాలా చిరాగ్గా ముఖం పెట్టి పొమ్మన్నాడు. ఐనా కాసేపు నిలిచి పరిసరాలు పరికించ సాగా.

ఏం తోచిందో, దగ్గరకి పిలిచాడు.

"ముందుగా నువ్వు నేర్చుకోవలసింది పెద్దలని గౌరవించడం. నేను ఓర్ఛా రాజ వంశానికి చెందినవాణ్ణి. ఈ కోట మాది. రాజ్యాలు పోయాయి. భరణాలు రద్దు చేసారు. కోట స్వాధీనం చేసుకున్నారు. మాకేం మిగిలింది!

మీలా యాత్రలు చేసేవారిని చూస్తూ కాలం గడపడమే. చేయి చాచడం రాదు. మేకలని మేపుకుంటున్నా" అన్నాడు.

నమస్కరించా. జీతేరహో అన్నాడు. ఒక నిర్వేదం లాంటిది ఏదో కలిగింది.

ఓర్ఛా గొప్ప రామాలయం వుంది. ఈ బుందేల్ఖండ్ ప్రాంతం పరిపాలించిన రాణి గణేశ్ కున్వర్ అనే ఆమె రాములవారి ప్రతిష్ట చేసినట్లు విన్నా.

అక్కడ నుండి బేత్వా నది మీద నిర్మించిన మాతాటిల్లా డ్యాం చూసి, డామ్ చుట్టూ అభివృద్ధి పరచిన ఉద్యానవనంలో తెచ్చుకున్న పదార్థాలు ఆరగించి ఝాన్సీలో గల C. 35 క్వార్టర్స్ చేరా.

❖❖❖

నేనిప్పుడు ప్రకటిస్తున్న అనుభవాలు 40 ఏళ్ల క్రితం జ్ఞాపకాలు. ఇప్పుడు తలుచు కుంటుంటే ఆనాటి నా తెలివి తక్కువ తనం, అతి తెలివి తలుపుకు వస్తున్నాయి.

మన దేశం భిన్న సంస్కృతుల, సంప్రదాయాల, భాషల సమాహారం. వీటన్నింటినీ కలిపే ఏదో ఒక మహత్తర సూత్రం దేశాన్ని విచ్ఛిన్నం కాకుండా కాపాడుతోంది.

ఝాన్సీ కేంద్రంగా నా పర్యటన జరుగుతున్న సంగతి తెలిసిందే. మావయ్య క్వార్టర్ ఒక చిన్న భారతదేశం లాంటిది.

అందులో గుజరాతీయులున్నారు, పంజాబీలున్నారు, హైదరాబాదీయులున్నారు,

కేరళ వారూ వున్నారు. ఇంచు మించు దేశం నాలుగు మూలలనించీ రైల్వేలో ఉపాధి పొంది పరస్పర సహకారంతో స్నేహంతో జీవనం సాగిస్తున్నారు. కుట్టీ అనీ వత్సల్ అనీ కడెకే అనీ పాన్సే అనీ కొత్త పేర్లు, కొత్త వ్యక్తులు పరిచయం అయ్యారు.

సత్యప్రకాశ్ శ్రీవాస్తవ్ అనే మావయ్య సహ ఇంజనీరు తన స్వస్థలం గ్వాలియర్ వెడదాం రండి అని తీసుకు వెళ్లారు.

స్టేషన్ దిగి ఇంటికి నడిచి వెడుతున్నాం. దారిలో అతడి అన్నగారు కనిపించారు. వెంటనే బ్యాగ్ కిందపెట్టి వంగి పాదాభివందనం చేసారు. ఆయన చిరునవ్వుతో ఆశీర్వాదాలు పలికారు. నాకు ఇది కొత్త. ఏ పండగలో పరీక్షలో వచ్చినప్పుడు తాతగారికి పాదాభివందనం చేయడమే కానీ ఇతరత్రా లేదు.

నేనేం చెయ్యాలి అని ఆలోచనలో వుండగా మా అడుగులు ముందుకు పడ్డాయి.

సరే రాత్రయింది. వారు పెట్టింది తిని, రేపేం చేయాలా! అని ఆలోచనతో నిద్ర పోయా.

ఉదయం 6 గంటలకు తెమిలి గ్వాలియర్ చూడాలని సంకల్పం. సరే తెమిలా. ఉదయపు అల్పాహారం గా ఆలూ పరాటా, జిలేబీ పెట్టారు. పరాటా ఫర్వాలేదు ఇంత ఉదయాన్నే ఈ జిలేబీ ఎలాగరా భగవంతుడా! అనుకుంటూనే తిన్నా.

మనవేపు ఉదయం తినేవి ఇడ్లీ, వడ, పెసరట్టు. ఇక్కడ కమ్మటివీ, తియ్యనివీ... రోమ్‌లో ఉన్నప్పుడు రోమన్‌లా వుండడం శ్రేయస్కరం.

గ్వాలియర్ సామ్రాజ్యం సింధియాలది. వారు తెలివైనవారు. దేశంలో మార్పులు వచ్చినా ఢోకాలేని సంపదపరులు. ఇప్పుడు రాజకీయాల్లో కీలకపాత్ర పోషిస్తున్నవారు. కానీ ఝాన్సీరాణికి వెన్నుపోటు పొడిచిన అపకీర్తి వెంటాడుతూనే వుంది.

అక్కడగల మ్యూజియం చూసా. ఏ వస్తు ప్రదర్శన శాల చూసినా ఆయుధాలు, విలాస వస్తువులు తప్ప ఏముంటాయి. ఐతే ఇక్కడ రకరకాల విత్తనాలు భద్రపరచిన గాజు సీసాలు దర్శనమిచ్చాయి. నేనూ రైతునే. వాటిని చూసి ఆనందించా.

ఒక పెద్ద భోజనశాల, దాంట్లో విశాలమైన బల్ల, ఆ బల్లమీద రైలు పట్టాలు, దానిమీద బొమ్మ రైలు, ఆ రైలు పెట్టెలు ఆహార పదార్థాలు తేవడం అదంతా ఆశ్చర్యం, ఆనందం కలిగించాయి.

ఇటువంటి భోజన సదుపాయం కలిగిన సింధియాలు అనంతర కాలంలో రైల్వే

మంత్రి కావడం పెద్ద ఆశ్చర్యం కలగలేదు.

ఝాన్సీ రాజమండ్రీ లాంటి పాతనగరం. దాని చరిత్ర ప్రశస్తి మనందరకూ తెలిసిందే! అప్పటికి నేను ఝాన్సీ చేరి మూడు వారాలైంది. షికార్లు బానే చేసాను కానీ సినిమాలు చూడలేదు. విద్యార్థిగా కాకినాడలో విడుదలైన సినిమాలు చూసే అలవాటు వున్న వాడిని. కష్టంగానే వుంది. ఈ సంగతి మావయ్యతో చెబితే రేపు ఆదివారం మనం సినిమాకి వెడుతున్నాం, పైగా తెలుగు సినిమా అన్నాడు. ఆ ఆదివారం రానే వచ్చింది. వెళ్లాం.

అది మిలటరీ రెజిమెంట్‌లో ఓపెన్ ఎయిర్ థియేటర్. తెలుగు వారి కోసం నెలకో తెలుగు సినిమా వేస్తారు.

రైల్వే వారిని కూడా అనుమతిస్తారు. రేకు కుర్చీలు వేసారు. సాదరంగా ఆహ్వానించి కూచోబెట్టారు. వినాయక చవితి సందర్భంగా మా ఊళ్లో వీధిలో సినిమాలు వేసేవారు. అది గుర్తొచ్చింది.

హిందీ భాష వారు కూడా మాతో కూర్చుని చూస్తున్నారు. మిలటరీ డిసిప్లిన్ ఆ చోటంతా పరుచుకుంది.

తెరమీద పేర్లు వస్తున్నాయి. సినిమా పేరు గుర్తుకు రావడం లేదు. కానీ హీరో కృష్ణ. ఒక్కడూ పాడుతున్నాడు. పాట కూడా గుర్తు రావట్లేదు. కానీ గువ్వలా ఎగిరి పోవాలీ... అనో మరోటో.

మధ్యలో టీ విరామం. అప్పుడు వొక తమాషా జరిగింది. ఒక వ్యక్తి గబగబా నాదగ్గర కి వచ్చి, నన్ను తాకడానికి సందేహ పడుతున్నాడు. నాకు అతడు కనబడగానే మా ఊరంతా కళ్ల ముందు మెదిలింది.

అతణ్ణి రెండు చేతులతో పట్టుకుని కౌగిలించుకున్నంత పని చేసాను. ఆనందంతో ఉక్కిరి బిక్కిరి అయ్యాడు. అతడు మా ఊరికి చెందిన దళితవాడలో వుండే ముడికి సుబ్బారావు. నాన్నగారి పట్ల భక్తి తాత్పర్యాలు కల కుటుంబం వారిది.

మా మావయ్యకి పరిచయం చేసా. అతడిని అతడి కుటుంబాన్నీ టీకి పిలిచాడు. ఆ మరుసటి రోజే అతడు మాత్రమే వచ్చి, కాసేపు కబుర్లు చెప్పి ఎంతో సంబర పడిపోయాడు.

ఇది బానే వుంది. కానీ ఈ ఊరిలో సినిమా హాళ్లు ఎలా వుంటాయో చూడాలి కదా, ఆ కోరిక తీరింది. ఝాన్సీలో నూతనంగా నిర్మించిన, అంటే ఐదారేళ్లక్రితం నిర్మించిన

నటరాజ్ థియేటర్‌కి వెళ్లాం మావయ్య కుటుంబంతో సహా. ఆ థియేటర్ కొత్తదే కానీ కాకినాడలో వున్న ఆనంద్ థియేటర్ అంత గొప్పదైతే మాత్రం కాదు.

అందులో దీవార్ లేదా జంజీర్ ఈ రెండు సినిమాలలో ఏదో గుర్తులేదు. చూసా. అమితాబ్ హీరో.

అందులో ఒక డైలాగ్ బాగా గుర్తుంది. చేత్తో గోధుమ రోటీ పట్టుకుని "ఇస్ రోటీకేలియే హాత్ జోడ్తాహు, భీక్మాంగ్తాహు, పాం పకడ్తాహూ" అని తెరమీదకొచ్చి చెబుతాడు. కరుణరసాత్మకమైన ఆ సీన్ చూడగానే నాకు నవ్వొచ్చింది.

"మావయ్యా, ఈ గోధుమ పుల్కాల కోసం ఇంత డైలాగు అవసరమా!" అని అడిగా.

"ఇక్కడ అదే కదా అన్నం. మన ఎన్టీఆర్ సినిమాల్లో గుప్పెడు మెతుకులకోసం అనే డైలాగ్ గుర్తు చేసుకో" అన్నాడు.

ఔను కదా, ఆహారం ఒకో ప్రాంతంలో ఒకో రకంగా వుంటుంది కదా! అనే ఎరుక కలిగింది.

ఎక్కడ తూర్పుగోదావరి జిల్లా కాజులూరి మండలం, ఎక్కడ పల్లిపాలెం, ఎక్కడ ఝాన్సీ!

బ్రతకడం కోసం సుబ్బారావు మిలటరీలో జేరితే మావయ్య రైల్వేలో చేరాడు. వీరందరూ అక్కడ ప్రేమతో సహజీవనం చేస్తూనే సొంత ఊళ్లని అంతరంగాల్లో నిలుపుకుంటున్నారు.

నేను తెలుగువాడిని అని పరిచయం చేసుకోడానికి ఒక పద్ధతి అవలంబించా. ఝాన్సీ స్టేషన్‌లో అప్పుడప్పుడు తెలుగు వార పత్రికలు దొరికేవి. ఒక పత్రిక కొని నలుగురికీ కనబడేలా చేత్తోపట్టుకు తిరగడం. ప్రయాణిస్తున్నప్పుడు రైల్లోనూ టూరిస్ట్ బస్సుల్లోనూ కొందరు యాత్రికులు దగ్గరకి వచ్చి పలకరించేవారు. ఆ ప్రయాణ సమయం అంతా అలా తెలుగుతో గడిచిపోయేది.

ఉత్తరాది వెళ్లి తాజ్ చూడకుండా వెనుతిరగడం నేరం కింద లెక్క. సరే తాజమహల్ ముందు నిలుచున్నా. నా చిన్న కళ్లు మరింత విప్పారి ఆశ్చర్య పడిపోయాయి.

తాజమహల్ నిర్మాణానికి రాళ్లెత్తిన కూలీలు గుర్తుకు రాలేదు. చుట్టూ ప్రదక్షిణలు చేసా! పుణ్యం వస్తుందని కాదు. నిర్మాణశైలి చూడడానికి. ఒక ప్రేమ ప్రకటన

ప్రపంచానికి తెలియచేయాలంటే ఇంత మహానిర్మాణం చేయాలన్నమాట. మామూలుగా ఐతే రెండు పువ్వులు, కన్నీటి బొట్లు చాలు. ఒక మహా సామ్రాజ్యాధిపతి ఈ విధంగా తన ప్రేమ ప్రకటించుకున్నాడు.

మనకి ఒక పర్యాటక స్థలం, తద్వారా ప్రభుత్వానికి రెవిన్యూ, చిన్న చిన్న వ్యాపారాలు చేసుకునే వారికి ఉపాధి వందల సంవత్సరాలుగా దొరుకుతోంది.

ఇక్కడ మీకో తమాషా సంగతి చెప్పాలి. టూరిజం వారి బస్‌లో నా పక్కనే ఒక తెల్లటి యువతి కూర్చుంది. ఆమె జర్మన్. కామర్స్ పట్టభద్రురాలు.

పీ.జీలో చేరేలోగా భారత్ సందర్శన చేయడానికి వచ్చింది. ఒక దేశం నుండి ఒక డిగ్రీ పూర్తి చేసిన పిల్ల వొంటరిగా మరోదేశం రావడం, ఆ కుటుంబం వారు పంపడం ఇదంతా గందరగోళంగా వుంది నాకు.

ఇప్పుడైతే గ్లోబల్ విలేజీ అయిపోయింది కానీ, అప్పుడు ఒక రాష్ట్రం నుండి మరో రాష్ట్రానికి వెళ్లడమే గొప్ప సంగతి.

ఆ సంగతులు అలావుంచి, జర్మనీ బాలిక సంగతి చూద్దాం. ఆమె దగ్గర ఒక పెద్ద కెమెరా వుంది. అది అద్భుతంగా వుంది. సినిమా వాళ్ళు వాడే కెమేరా బాపతు.

మరి నాదగ్గరా కెమేరా వుంది. అది కొడాక్. దాన్ని డబ్బా కెమెరా అంటాం. 8 ఫోటోలు వస్తుంది. రీలు 6 రూపాయలు. ఆరోజులలో ఫోటోగ్రఫీ చాలా కాస్ట్లీ హాబీ.

సరే తాజమహల్‌కి ఎదురుగా వున్న పాలరాయి దిమ్మె మీద కూర్చుని ఫోటో తీయమని కోరింది ఆమె. సరే అన్నా! అనేక సూచనల తర్వాత కొన్ని ఫోటోలు తీయగలిగా.

నాకూ తీయమని నా కెమేరా ఇచ్చా. ఎలాగా అంటే జస్ట్ ఎయిమ్ అండ్ షూట్ అన్నా. "వావ్ వండర్ ఫుల్" అని మెచ్చుకుంటూ కొన్ని ఫోటోలు తీసింది. కెమెరాలు మార్చుకుందామా? అంటే చిన్న నవ్వు నవ్వింది.

మరో సంగతి, నా వేలికి ఒక ఉంగరం ఉండేది. దానిమీద తెల్లటి రాళ్ల తో S అని చెక్కి వుండేది. ఆ ఉంగరం చూసి సంబర పడి, S అంటే ఏంటి అని ఆమె అడిగింది. నేను సత్యనారాయణ మూర్తి అని చెబితే తనకు పలకడం కష్టం ఔతుందని సతీష్ అన్నా.

అలా మధ్యాహ్నం దాకా తాజ్ పరిసరాలు తిరిగాం. ఈలోగా తాను ఒక కూల్‌డ్రింక్ తాగి, నాకు మరోటి తీసుకుని సతీష్ అని కొత్త యాసతో పిలుస్తోంది. నేను అప్పుడే మరచిపోయా సతీష్ అని చెప్పిన సంగతి. దాంతో తను నా దగ్గరకి వచ్చి, మీకు

సరిగా వినిపించదేమో అంది. లేదు లేదు ఏదో... దృష్టితో... అని చిన్న కటింగ్ ఇచ్చా. ఈలోగా బస్సు వాడు, గైడు తొందర పెట్టడంతో బుద్ధిగా రైల్వే స్టేషన్ చేరా.

నీతి : తప్పు అడ్రస్ ఇవ్వడం తప్పు.

❖❖❖

మావయ్య రైల్వేలో బ్రిడ్జి ఇంజనీర్. అతడి వృత్తిలో భాగంగా ట్రాక్ లు కూడా తనిఖీ చేసేవాడు. అలా ఒక రోజు భోపాల్ దాకా వెడుతున్నా వస్తావా అని తీసుకు వెళ్లాడు.

భోపాల్‌కి దగ్గరలో విదిషా అనే చోట వారికి చిన్న కార్యాలయం వుంది. దానికి దగ్గర లోనే సాంచీ బుద్ధస్తూపం వుంది.

సరే అది చూద్దాం అని బయలుదేరా. సాంచీ జేరి కాలినడకన స్థూపం చేరా. చిన్న కొండమీద వుంది. అన్ని చారిత్రక స్థలాలలాగే నిర్లక్ష్యానికి గురైంది.

చుట్టూ తిరిగి చూసా. ఒకప్పుడు బౌద్ధ సన్యాసులు ఈ ప్రాంతంలో ఎంతో భక్తితో ఉత్సవాలు చేసుకుని వుంటారు. బుద్ధుని బోధనలు ఆచరిస్తూ ప్రచారం చేస్తూ కాలం గడిపి వుంటారు.

ఆ శాక్యమునిని తలుచుకున్నా. కాటూరి, పింగళి ల సౌందరనందం గుర్తొచ్చింది.

నందుని భార్య సుందరి బుద్ధుని నిలదీసిన పద్యాలు గుర్తొచ్చాయి. మన ప్రాంతంలో వున్న ఆదుర్రు స్థూపాలు జ్ఞప్తికి వచ్చాయి. ఇంటికి చేరగానే ఆదుర్రు వెళ్లి చూడాలని అనుకున్నా. నలభై సంవత్సరాల కోరిక తీరనేలేదు.

మనదేశంలో సీతమ్మ వారు స్నానం చేయని చోటు, రాముడు నడయాడని చోటూ లేనట్టే బౌద్ధారామం లేని చోటుకూడా లేనట్టే.

ఆనాటి సామాజిక రుగ్మతలన్నింటికీ బౌద్ధం పరిష్కారం చూపి ఉండేదేమో. చాళుక్య యుగం ప్రారంభం నాటికి బౌద్ధం పూర్తిగా క్షీణ దశకు చేరింది. ఒక మహనీయుడు ధాతువు వున్న చోట కొద్దిసేపు గడిపా.

ఈ పద్యం తలపుకు వచ్చింది.

భద్రమిదుగాక బుద్ధ దైవమ్ము నీకు,
బౌద్ధధర్మము నిను శోకవార్ధి గడవ

జేయుగావుత, నిన్ను రక్షించు గాత
భిక్షుసంఘమ్ము, శరణమ్ము వేడుమమ్మ!

అంతకు ముందు "మేలేర్చి నందుండు పూలు కోసి యొసంగ" కూడా స్మృతిలోకి వచ్చింది.

సరే ఆప్రాంతం వదిలి సాంచీ గ్రామపు కూడలిలో విదిషా వెళ్లే వాహనం కోసం నించున్నా.

అక్కడ ఒక తమాషా జరిగింది. నేను నిలిచిన చోట వొక పెళ్లి బృందం ఉంది. బహుశా బాల్య వివాహమేమో. ఓ పెళ్లి కూతురు, బంధు గణం ఓ పదిమంది దాకా వున్నారు. చూడబోతే దిగువ మధ్యతరగతి వారులా వున్నారు.

ఐతే పెళ్లి కూతురి ఆహార్యం వింతగా తోచింది. జలతారు మేలిముసుగు, విచిత్రమైన కర్ణాభరణాలూ, వస్త్రధారణ ప్రత్యేకంగా వున్నాయి. ఎంత జాగ్రత్తగా వుందామన్నా కళ్లు ఆ పిల్ల వేషభూషణాలే చూస్తున్నాయి.. ఇదంతా ఒకడు గమనిస్తున్నాడు. ఆ చిన్న రోడ్డుకు చెరోపక్కా వున్నాం. మాటలు కూడా వినపడతాయి.

నన్ను గమనిస్తున్నవాడు బార్ బార్ అని ఏదో గొణుగుతున్నాడు. నాకు భయమేసింది. ఇప్పుడు గొడవైతే ఏం చేయాలి?

వంశ పుణ్యం అని వొకటుంటుందిట. అది ఇలాంటి సమయాల్లో కాపాడు తుందిట. తాత గారు అనేవారు. సరిగ్గా అప్పుడే టెంపో వచ్చి, విదిషా అని పిలవడం నేను ఎక్కి కూర్చోడం, టెంపో బయల్దేరడం చకచకా జరిగిపోయాయి.

విదిషా చేరా. మావయ్య వచ్చాడు. భోపాల్ తర్వాత ఝాన్సీ చేరా.

నీతి: దూరప్రాంతం వెళ్లి నప్పుడు ప్రత్యేకం గా దేనికేసీ చూడరాదు అల్లాభాగ్ కల్.

❖❖❖

ఒకోరోజు ఎక్కడకీ కదలబుద్ధి అయేదికాదు. ఇంటి దగ్గరే వుండి కబుర్లు చెప్పుకుంటూ కాలక్షేపం చేసేవారం. మేం నలుగురన్నదమ్ములం, నలుగురప్పచెల్లెళ్లం. మా మేనమామలు ఏడుగురు, అప్పచెల్లెళ్లు ఐదుగురు. వీళ్లందరి ప్రస్తావన మాటల్లో వచ్చేది.

నిజానికి ఇలాంటి ఒక కుటుంబాన్ని విశ్లేషణ చేస్తే ప్రపంచాన్ని అర్థం చేసుకున్నట్లే.

ఆ పనే చేసేవారం. ఇందులో ఆత్మస్తుతులు వుండేవి. వీరెవరూ పరులు కారు కనుక నిందలేం వుండేవి కావు. నిజాలే వుండేవి.

మా అక్క ముందు పుట్టింది. తర్వాత నేను. అంచేత అక్కడ, ఇక్కడ కూడా నాకు ప్రత్యేక హోదా. దానికి కాలపరిమితి లేదు. పెద్ద మనవడిగా పెద్ద మేనల్లుడుగా వొకానొక అధికారం వుండేది. దాన్ని స్థిరపరచుకోడం కోసం పెద్ద మేనమామ పెద్ద కూతురిని పెళ్లి చేసుకున్నాకూడా.

ఇంటికి, అంటే రైల్వే క్వార్టర్ ముందుభాగంలో మంచి లాన్ వుండేది. సాయంకాలం అక్కడ కుర్చీలు, టీపాయ్ వుంచేవాడు కాళీచరణ్. నేను అప్పటికే అడపా తడపా కవిత్వం రాయడం, అవి భారతి లాంటి పత్రికల్లో ప్రచురించడం జరిగింది.

నాకు ఒక చిలిపి ఆలోచన కలిగి ఏడుగురు మేనమామల మీదా ఇంద్రధనస్సు పేరుతో ఏడు కవితలు రాసా.

అప్పుడు అత్తల మీద కూడా రాయాలి కదా! రాసా.

ఈ కవితా గానం చేస్తున్న సమయంలో మావయ్య స్నేహితులు వచ్చారు.

మా నవ్వుల పువ్వులు చూస్తూ

"ఏంటి అతడు చదువుతున్నాడు, మీరు నవ్వు తున్నారు" అని అడిగారు. సరే మా మావయ్య తర్జుమా చేసి చెప్పాడు.

వారి ఆసక్తి చూసి రేపు మా మావయ్య, అత్తయ్యలపై హిందీలో రాసి వినిపిస్తానన్నా.

ఆ రేపు రానే వచ్చింది. ఏదో ఒక ముషాయిరా కోసం వచ్చినట్లు ఐదారుగురు వచ్చారు.

ముందుగా మావయ్య మీది కవిత వినిపించడానికి సిద్ధపడ్డా.

మావయ్య పేరు వీర వేంకట సూర్య సత్యనారాయణ మూర్తి. అందరూ సత్యం అంటారు. మేం మాత్రం ఝూన్సీ మావయ్య అంటాం. ఆఫీసులో మూర్తి సాబ్.

సత్యం
సత్యం సబ్కీ జైసా
నహి మిల్తా హమేషా
జహాతక్ రెహతీహై పత్రీ

వహోతక్ ఘూంసకేగా ఫ్రీ
జిత్నాభీ మెహమాన్ రహేగా
ఘూంనహీ సకేగా
క్యోంకి వక్త్ కమీ....

ఇలా నడిచింది.

అత్త

నాగమణీ నామ్ కా
నడవపల్లి మాయికా
దో భాషా బోల్తి!
మగర్ దో జుబాన్ నహీ!
ఇంజనీర్కీ పత్నీ,
ఘమండ్ బిల్కుల్ నహీ!
మామా కీ వజసేహో,
యా ఉన్కీఖుదిఖీహో,

అభిమాన కర్తీ!

ఇది చదవగానే మావయ్య మిత్రులు చప్పట్లు కొట్టి ప్రోత్సాహించారు.

గురజాడ కన్యాశుల్కం మా మావయ్యకి అభిమాన గ్రంథం. అంచేత అందులో ఒక మాట అన్నాడు. "వ్యాకరణం వెలగబెడుతున్నాడోయ్ గుంటడూ!" అని.

శ్రోతలలోగల శ్రీవాస్తవ్ అనే ఆయన ఆశ్చర్యపడి

"మా హిందీ లో ఫ్రీవెర్స్ ఇలాగే వుంటుంది, మా తండ్రి గారు కవి" అన్నారు. ఆ ప్రశంస ఇన్నాళ్లూ తలుచుకుంటూనేవున్నా.

నీతి: వేరే భాష వారు సమూహం లో వున్నప్పుడు మన మాతృభాష లో మాటాడు కోకూడదు. కున్నా, నవ్వుకోకూడదు అని గ్రహించాలి.

❖❖❖

2

ఢిల్లీ అంటే అంతకుముందు భారతదేశ చిత్రపటంలో మేప్ పాయింటింగ్ చేయడమే. అంతకు మించి ఏమీ తెలియదు.

ఒక రోజు మావయ్య, అతడి సహోద్యోగులు ఢిల్లీ తనిఖీకి వెడుతున్నారు. వారి విధి నిర్వహణ 'పల్వల్'లో అని జ్ఞాపకం.

సహోద్యోగులలో మావయ్యకి అత్యంత ఆప్తుడు వత్సల్. ఆయన చురుకైనవాడు, చొచ్చుకు పోయే స్వభావం కలవాడు. నాకెందుకో అతడిని తలుచుకోగానే ప్రేమ్ చోప్రా గుర్తుకొస్తాడు.

నేను అతడికీ అల్లుడినే. అంచేత, అల్లుడు ఒకడూ ఏంచేస్తాడు? కూడా తీసుకు పోదాం! అన్నాడు.

మావయ్యకి కొంచెం చాదస్తం కింద లెక్క. ఎగైనెస్ట్ ది రూల్స్ చేయడానికి ఇష్టం వుండదు. రిజర్వేషన్ లేదుకదా! ఎందుకు? అన్నాడు.

ఇస్మేక్యా లాంటి దేదో వాడి నన్ను బయలుదేర దీసాడు.

సరే ఏదో ఒక టికెట్ తీసుకున్నారు. వత్సల్ నన్ను వారితో బాటు ఫస్ట్ క్లాస్ ఏ.సీలో కూర్చోబెట్టాడు.

అదే మొదటిసారి ఏ.సీ. మొదటి తరగతి ప్రయాణం. అద్భుతం అనిపించింది. కబుర్లు చెప్పుకుంటున్నాం. టీ.సీ వచ్చే జాడ తెలిసింది. వత్సల్‌కి నన్ను పడుకోమన్నాడు.

నిద్ర నటిస్తున్నా.

వారి టికెట్లు చూసి, నన్ను లేపబోతున్నాడు టీసీ.

"ఓభీ కాంపర్ చల్రే. ఎందుకు లేపడం" అన్నాడు. టీ. సీ. వెళ్లి పోయాడు.

లేలే అని నన్ను లేపి అల్లుడు గొప్ప నటుడు అన్నాడు. ఆ ప్రశంసకి ఏంచేయాలి తెలియలేదు.

సరే, వెలుగు వచ్చేసరికి ఢిల్లీ స్టేషన్‌లో వున్నాం.

స్టేషన్లో ఆఖరి ప్లాట్ఫారం మీద. ఒక భోగీ వుంటుంది. అక్కడ రైళ్ల రాకపోకలు వుండవు. అందులో మకాం. సమస్త సదుపాయాలు ఉన్నాయి. వేళకి ఒక వంటవాడు పుల్కాలూ బంగాళాదుంపల కూర లేదా పల్చటి ఆకుకూర పప్పు చేసి సమయానికి అందిస్తాడు.

అంతా బాగానే ఉంది. ఉదయం 8 గంటలకి మావయ్య సహాయకుడు వచ్చి నన్ను కన్నాట్ ప్లేస్ లో టూరిస్ట్ బస్సు ఎక్కించి కొన్ని ఆనవాళ్లు చెప్పి, "తిరిగి రాత్రి 8కి ఇక్కడే దింపుతాడు. ఇక్కడ నుండి రెండు పర్లాంగులు నడిస్తే సెంట్రల్ రైల్వే వారి కార్యాలయం వస్తుంది. అక్కడకి వచ్చేయండి. మిగతా సంగతి నేను చూసుకుంటా" అన్నాడు.

సరే, బస్సులో నా సీటులో కూర్చున్నా. గైడ్ ఇంగ్లీషులో ఢిల్లీ గురించి చెపుతూ మేం తీసుకోవాల్సిన జాగ్రత్తలు కూడా చెబుతున్నాడు.

కన్నాట్ ప్లేసు గురించి చెప్పి దారిలో ప్రధాన స్థలాల దగ్గర ఆపి వాటి విశేషాలు చెప్పాడు. అలా ఊరంతా తిప్పుతున్నాడు. చూడవలసిన ప్రదేశాలు బట్టి సమయం కేటాయిస్తున్నాడు. చాలా మంది జట్టులోంచి విడిపోయి తిరుగుతున్నారు. నేను మాత్రం గైడ్‌ని వదలటం లేదు. ఏవో ప్రశ్నలు అడుగుతూనే వున్నా. నా ఆసక్తి కి మెచ్చుకుంటూ మరిన్ని వివరాలు చెప్పేవాడు.

జంతర్ మంతర్, ఎర్రకోట, రాష్ట్రపతి భవన్, ఇందిరమ్మని కాల్చి చంపిన చోటు, కుతుబ్ మినార్ లాంటి వన్నీ శ్రద్ధగా చూపించాడు. బస్సు తిరిగి బయలుదేరింది.

ఇక్కడ పెద్ద చిక్కొచ్చింది. బస్సులో జనం అంతా వారి వారి దగ్గర స్టేజీల్లో దిగిపోయారు. ఇంక డ్రైవరు నేను, గైడ్, కండక్టరు వున్నాం.

ఇంకా రెండు కిలోమీటర్ల దూరం వుందనగా మీరు సిటీ బస్సు ఎక్కి వెళ్లిపోండి.

ఇక్కడే మా చోటు అని దిగమన్నారు.

నన్ను కన్నాట్ ప్లేస్‌లో దింపాలి కదా! అన్నా. ముందు మెత్తగా మాటాడి, వారు స్వరం పెంచి నన్ను దింపేసారు.

సరే ఏంచేస్తాం అని కొంతదూరం నడిచాక తెలిసింది. నేను ఊళ్లోకి, అంటే రెసిడెన్షియల్ ఏరియాకి వెళ్ళి పోయానని.

నాకు మతి పోయింది. ఇప్పుడెలాగ. ఏం చెయ్యను. సరే ఎవరినేనా అడుగుదాం అనుకున్నా.

ఐతే నేనొక చిన్న పొరపాటు చేసా. సింధియా హౌస్ బదులు సింధియా కాఫీ హౌస్ అని అడిగే వాడిని. నాకు కాకినాడలో గల ఇండియా కాఫీ హౌస్ ఇలా నన్ను మిస్ లీడ్ చేసింది.

రాత్రి 9 అయిపోయింది. ఏంచేయాలి తెలియటం లేదు. చేతిలో ఆంటీకోసం కొన్న సంత్రాల బరువు. ఎవరూ చెప్పలేకపోతున్నారు. ఈలోగా ఒక ఏభయ్యేళ్ల పెద్ద మనిషి చేతక్ లాంటి బండి మీద వెడుతుంటే చేయి అడ్డు పెట్టి ఆపి అడిగా, మళ్లీ సింధియా కాఫీ హౌస్ అని. ఆయన దీర్ఘంగా ఆలోచించి, బహుశా సింధియా హౌస్ అని కనిపెట్టి భాయీ కాఫీ హౌస్ అనకు అని చెప్పి, తనబండి ఎక్కించుకుని బస్సు స్టాప్‌కి తీసికెళ్లి 201 బస్సు ఎక్కించాడు. ధన్యోస్మి అనుకున్నా. మొత్తానికి కన్నాట్ ప్లేస్‌లో దిగా.

నేను బస్సు ఎక్కింది పగలు. ఇక్కడకి చేరింది రాత్రి. అంతకుముందు కాకినాడ, రాజమండ్రీల్లో అనేక విద్యుద్దీపాలు చూసినా వాటికి వీటికీ పోలికే లేదు.

కన్నాట్‌ప్లేస్‌లో వున్న కూడలిలో పెద్ద భవనం అది. అన్ని వేపులా వొకలాగే వుంటుంది. నేను గుర్తుగా పెట్టుకున్నది ఇండియన్ ఎయిర్ లైన్స్ వారి ఆఫీసు. ఐతే అలాంటి ఆఫీసులు అన్ని వేపులా వున్నాయి.

ఢిల్లీలో నచ్చిన సదుపాయం ఏంటంటే పావలాకి చల్లటి గ్లాసుడు నీళ్లు అడుగడుగునా దొరుకుతాయి.

రెండు గ్లాసుల నీళ్లు తాగా..

అప్పుడు ఫోనుల్లాంటి సదుపాయాలు, లొకేషన్ షేరింగ్‌లూ లేవు. ఇప్పుడెలాగ? పెద్దన గుర్తొచ్చాడు. ప్రవరుడూ గుర్తొచ్చాడు. నేను అగ్నిహోత్రుడిని ప్రార్థించి పల్లిపాలెం వెళ్లగల సమర్థుణ్ణి కాను.

నీ వెరుగవే మును వచ్చిన త్రోవచొప్పు!

చేతిలో బరువు, దిక్కు తోచదు.

ఇలాంటి సమయాల్లోనే పరిష్కారం మనకి భగవంతువంతని వల్ల దొరుకుతుందని తోచింది. వెంటనే మా వూరి శివుడు గుర్తొచ్చాడు. మనసుపెట్టి ధ్యానం చేసి అడుగులు వేసా. నాలుగు అడుగులు వేయగానే నా దారికి అడ్డంగా ఒక ముసలాడు వచ్చి ఇలా వెళ్లకూడదు, అలాపో అన్నాడు. అలా రెండు అడుగులు వేయగానే ఎదురుగా సెంట్రల్ రైల్వే ఆఫీసు.

మావయ్య ఢిల్లీ అంతా అన్వేషించి నన్ను పట్టుకోడానికి తగిన ఏర్పాట్లు చేస్తున్నాడు. నన్ను చూసి ఆనంద పడ్డాడు. ఈ తంతు చెప్పడానికి అహం అడ్డొచ్చి ప్లాజా ధియేటర్‌లో డాన్ సినిమా చూసానని ఫోజు కొట్టా. అంతిమే ముఖ్యసమాచార్ ఏక్‌బార్ ఫిర్.

నీతి: స్థానికంగా మనకి అలవాటైన పేర్లు మనల్ని చిక్కుల్లో పడేస్తాయి అని గ్రహించాలి.

❖❖❖

మొత్తానికి ఢిల్లీ పర్యటన విశేషాలు పూర్తయ్యాయి. ఇప్పటికే ఝాన్సీ వచ్చి నాలుగు వారాలైపోతోంది. ఇంక దృష్టి ఇంటిమీదకి మళ్ళింది.

వెళ్లాలి. పెద్దన గారి పద్యం గుర్తొచ్చింది.

"నను నిముసంబు గానకయున్న

ఊరెల్ల వెదకు మజ్జనకుడెంత అడలునొక్కొ!"

నేను చదువు రీత్యా రాజమండ్రి, కాకినాడ, ప్రొద్దుటూరుల తర్వాత మరోచోట ఎక్కడా ఇంతకాలం వుండలేదు.

ఇల్లు గుర్తొచ్చింది. దానివెనుక వ్యవసాయం గుర్తొచ్చింది. వెంటనే గోవులు గోపాలకులు గుర్తొచ్చారు.

ఇంక వొక క్షణం వుండలేననిపించింది. ప్రకటించేసా తిరుగు రిజర్వేషన్ చేయించమని. మావయ్య దంపతులు ప్రేమతో నిలువరిద్దామన్నా సాధ్యం కాదని గ్రహించేసి ఇంకో వారం దాకా రిజర్వేషన్లు లేవని పొడిగించారు. టికెట్ చూసాక నమ్మకం కుదిరింది. ఇంక వారం గడపాలి.

మొత్తానికి ఈ సంగతి అక్కడమిత్రులకి తెలిసిపోయింది..

ముందుగా ఉమర్ ఆలీ అనే ఆయన భోజనానికి పిలిచారు. వెళ్లా. ఆయన హైదరాబాద్ మూలాలున్నవాడు. మరో ఆయన హనుమయ్య, వరంగల్ ప్రాంతానికి చెందిన వారు. వీరిద్దరూ తెలుగు వారు.

మేం నలుగురు భోజనానికి కూర్చున్నాం. అనేక విషయాలు దొర్లుతున్నాయి. రజాకార్ల మూమెంట్ దగ్గరనించి వర్తమాన రాజకీయాలదాకా.

ఒకరు రజాకార్ల మూమెంట్‌లో తాతల తండ్రుల మూలాలున్నవాడు. మరొకడు ఆ మూమెంట్‌లో హింసకు గుర్రైన కుటుంబాల మూలాలున్న వాడు. ఈ ఇద్దరూ ఎంతో ప్రేమగా కలిసిమెలిసి జీవిస్తున్నారు. ఒకరిమీద ఒకరు సెటైర్లు వేసుకుంటున్నారు.

ఆహా. స్నేహం ఎంతగొప్పది. సరిహద్దులు చెరిపేయగల ఒకే ఒక ధర్మం స్నేహధర్మం కదా అనిపించింది.

ఉత్తరాది భోజనం అంటే ఏముంటుంది? పూరీ, కూరా. బొబ్బట్లు. ఏవో ఇతర వ్యంజనాలు.

మన ప్రాంతంలో చేసే వాటి కన్నా భిన్నంగా వున్నాయి బొబ్బట్లు. బాగా పలుచగా మన దోసె సైజు లో వున్నాయి. తీపికూడా సమపాళ్లలో వుంది. పక్కనే కటోరీ నిండా నెయ్యి. మొత్తం అందరికీ అనుకున్నా.

ఇది అల్లునికే అన్నారు హనుమయ్య.

ఆ విధంగా ఉమరాలీ ఆతిథ్యం స్వీకరించి మావయ్య మకాం చేరాం.

ఝాన్సీ నా ఉత్తర దేశ పర్యటనకు కేంద్ర బిందువు. నా స్వస్థలం తప్ప మరోచోట ఇన్నాళ్లు గడప లేదు. దీనికి రెండు కారణాలు. ఒకటి ఆ దంపతుల ఆదరణ.

రెండోది మీకు వింతగా తోచినా అక్కడి సేవక జనం. కిశోరీలాల్ అని వొక వృద్ధుడు వుండేవాడు. అతడు మావయ్య ఇంటిని కనిపెట్టుకుని వుండేవాడు. రైల్వేలో ఏం చేసేవాడో తెలియదు. రిటైరై వుంటాడు. మావయ్యకి పెద్ద దిక్కు కింద లెక్క.

ఝాన్సీలో నా దినచర్య పూర్తిగా మారిపోయింది. పల్లిపాలెంలో ఉదయం ఐదు గంటలకు లేవడం, పొలం వైపుకు వెళ్లి అక్కడే కాలకృత్యాలు తీర్చుకుని, పాల తప్పేలాతో ఇంటికి రావడం, కాఫీ సేవనం తర్వాత దైనందిన కార్యక్రమంలో పడడం.

ఇక్కడ అలా కాదు. పగలంతా తిరగడం, అర్ధరాత్రి దాకా కబుర్లు. దాంతో లేచేసరికే 7 అయిపోయేది.

ఆ ముసలి కిశోరానికి ఇది నచ్చేది కాదు. మరి ఎందుకు పిలిచేవాడో తెలియదు. శంకర్ భయ్యా! అని పిలిచే వాడు. నహాలో, నహాలో అనిపిలిచి స్నానానికి ఏర్పాట్లు చేసేవాడు. అతడిని మావయ్య, అతని భార్య బొబ్బా అని పిలిచేవారు.

బొబ్బా బోల్డు కబుర్లు చెప్పేవాడు. నీకు మేనల్లుడిగా సర్వ హక్కులు వున్నాయి అనేవాడు. మావయ్య అత్తగారు, మావ గారూ వచ్చారు. వారు అలా వచ్చి వుండడం తప్పనేవాడు. ఒక రాత్రి కూతురు ఇంట్లో నిద్ర చేస్తే పదిరూపాయలు ఇవ్వాలని, ఒక గ్లాసు నీరు తాగితే ఆ గ్లాసులో రూపాయి వేయాలని చెప్పేవాడు. అంటే కూతురు ఇంట్లో పేయింగ్ గెస్ట్‌గా వుండాలన్న మాట.

మన వైపు ఈ పట్టింపులు లేవు. కూతురింటి దగ్గర సర్వస్వతంత్రంగా వుంటాం.

తరువాత ఫర్మూలా అనే వొకడు ఉన్నాడు. అతడు వంట చేసేవాడు. పుల్కాలు మృదువుగానూ దాల్ రుచిగానూ వుండేవి.

ఆంటీ ప్రెగ్నెంట్ గా వున్నప్పటి సంగతి. మా అమ్మమ్మ సాబ్ కి పప్పు చెయ్యమంది తెలుగులో. వాడు “అచ్ఛా మీ కోరిక తీరుతుంది“ అన్నాడు. వాడి ఉద్దేశంలో "పప్పు" అంటే పిల్లాడని.

దాల్ బనావ్ అని చెప్తే నవ్వుకున్నాడు. ఒక కుక్క వుండేది. నల్లది. లోపలికి వస్తే చీచీ పోపో అనేది అమ్మమ్మ. అది హిందీ కుక్క. చెలో చెలో అంటేకానీ పోయేది కాదు.

వినయానికి మారుపేరైనవాడు ఒకడుండేవాడు. అతడు కాళీచరణ్. ఆర్డర్లీ అనేమాట వొకటి వుంది. దానికి ఉదాహరణ కాళీచరణ్.

రెండు సార్లు ఆంధ్రా వచ్చాడు. పల్లిపాలెం తీసుకెళ్లా.

కాజూ చెట్టు చూడాలని అడిగాడు. కాకినాడ నుండి మా ఊరు వెళ్లే దారిలో జీడిమామిడి తోటలున్నాయి. అక్కడకి తీసుకెళ్లా. ఆ తోట యజమాని అక్కడే వున్నాడు. సంగతి చెప్పా. తోటంతా తిప్పి, జీడిమామిడి కాయలు కోసిచ్చాడు. తోట మాదనుకున్నాడు కాళీచరణ్. కాదు ఆయన ఎవరో కూడా తెలియదు అన్నా. మన ప్రాంతపు ఉదార బుద్ధికి ఆశ్చర్య పడ్డాడు.

ఫ్రాన్సిస్ అని వొకడు. అతడు జీపు డ్రైవర్. సమయ పాలనకీ కర్తవ్య నిష్ఠకీ మారు పేరు. వీరందరినీ ఈరోజు తలుచుకున్నా.

ఇంక నాలుగైదు రోజుల్లో ప్రయాణం.

మావయ్య స్నేహితుడు కుట్టీ బ్రేక్ ఫాస్ట్ కి పిలిచారు. కుట్టీ కేరళ కి చెందిన వాడు. అతనికి నాలుగు లేదా ఐదేళ్ల అమ్మాయి వుండేది. ఆ అమ్మాయి ఇప్పుడు అమ్మమ్మ, నానమ్మ అయివుంటుంది. లేదా రెండూనేమో కూడా!

ఎప్పుడైనా సాయంత్రం వేళ కుట్టీ ఇంటికి వెళ్లేవారం. మంచి రుచికరమైన సంత్రా జ్యూస్ ఇచ్చేవారు. అది నాకు బాగా నచ్చింది. సంత్రాలు అందుబాటులో వున్నప్పుడు భారీ గా కొని తయారు చేసి దాచుకుంటారు. ఇలా ఎవరేనా వచ్చినప్పుడు కలిపి ఇస్తారు. వారింటికి వెళ్లా! సంతోషంగా ఆహ్వానించారు. మంచి విందు.

విందుతోబాటు కుట్టీ ఐదేళ్ల కూతురి నాట్యం తప్పని సరి. కుట్టీ నాచో నాచో అనగానే ఆ అమ్మాయి నాట్యం చేసేది. ఏదో చేతులు కదుపుతుంటే పొంగిపోయే వాడు. తండ్రి హృదయం ఎలా తెలుస్తుంది! అప్పటికి నాకు పెళ్లే కాలేదు.

అల్పాహారం ముగించి ఇంటికి చేరా.

సాయంత్రం మరొకరు పిలిచారు. వారు రావు గారు, నిర్మల దంపతులు. ఏలూరు ప్రాంతంనుండి వచ్చిన తెలుగు వారు. నిర్మల నాతో ప్రేమగా మాటాడే వారు.

ఈరోజు చేపల కూర తేనా! లేకపోతే మటన్ వండితేనా అనేవారు. మా కమ్మవారి వంట తింటే మళ్లీ వదలరు అనేది ఆమె. నవ్వు కొనేవాడిని. కొన్ని తెలుగు మాటలకు హిందీలో ఎలా అర్థం మారిపోతుందో చెప్పేది. తెలుసుకునే వాడిని.

వారి ఆతిథ్యం స్వీకరించడానికి వెళ్లాకదా! అక్కడ వొక తమాషా చేసారు ఆమె.

ఆమ్లెట్ వేసారు. నూరు శాతం పెసరట్టులా తయారు చేసారు. ఎదురుగా పెట్టారు వొక ముక్క తెంపా. నాలికకి తగలగానే,

"ఇది నేను తినేది కాదు. మీరు ఇలా చేయకూడదు. మీరు చెప్పి పెట్టినా తినేద్దును. కష్టమైనా సరే." అనగానే ఆమె "బ్రాహ్మణోత్తమా అది ఆమ్లెట్. నా పరీక్షలో నెగ్గారు. తినండి" అని ప్లేటు మార్చి పెసరట్టు, ఉప్మా పెట్టారు. ఇది నేను మరచి పోలేని సంఘటన.

ఆ దంపతుల ఆదరణ, ఆప్యాయత మరచిపోలేను. మావయ్య వారు ఒకే కుటుంబానికి చెందిన వారిలా ఉంటారు.

మావయ్య క్వార్టర్ చాలా పెద్దది. ఇంగ్లీషు వారి డిజైన్, బాగా ఎత్తుగా గోడలు మనవేపు కత్తిరి గోడల ఇళ్లు అంటామే అలాంటి డిజైన్. మధ్యలో ఫైర్ ప్లేస్.

అంత పెద్ద ఇంటిలో వీరు మాత్రమే వుండలేక వొక పోర్షన్‌లో కాశీకి చెందిన ప్రదీప్ శర్మ, ఆయన భార్య మంజుల వుండేవారు. శర్మ రైల్వే హాస్పిటల్‌లో ఫార్మాసిస్టు. వీరు కలిసి మెలిసి వుండేవారు.

ఆమె ఈ కుటుంబ సాన్నిహిత్యం వల్ల తెలుగు అర్థంచేసుకోడం, చిన్న చిన్న పదాలు మాట్లాడుతూ వుండడం నేర్చారు.

ఆమె "కడీ" అని చేసి తెచ్చేది. కడీ అంటే ఏంలేదు. మన సుబ్బయ్య హోటల్‌లో పుణుకుల మజ్జిగ పులుసు లాంటిది.

❖❖❖

ఝాన్సీలో రాణి మణికర్ణిక అర్చించుకొనే అమ్మవారిని తలుచుకుందాం.

మనూబాయి, ఆమె తండ్రి అర్చించుకొనే అమ్మవారు కాళీమాత. అమ్మవారు ఇక్కడ కన్యగా దర్శనమిస్తారు. ఆమెకు వొక వైపు దుర్గ, మరొక వైపు త్రిపుర సుందరి వున్నారు.

1687 లో ఓర్చా రాజు దీన్ని నిర్మించారు. ఆయన వేటకి వెళ్లినప్పుడు ఒక కొండగుహలో అమ్మవారు కనబడింది. ఆ విగ్రహాన్ని తెచ్చి, ఇక్కడ ప్రతిష్టించాడు రాజు. అప్పటినుండీ మాత ఇక్కడ పూజలందుకుంటోంది.

ఈ ఆలయానికి మరో ప్రశస్తి వుంది. ఇందిరాగాంధీ ఘోరంగా వోడిపోయిన సందర్భంగా ఇక్కడకు వచ్చి కాళీమాతను దర్శించి చండీ యాగం జరిపించుకొంది.

అనంతరం వచ్చిన ఎన్నికల్లో ఆమె ఘనవిజయం సాధించింది. ఆ సందర్భంలో మళ్లీ ఇక్కడికి వచ్చి మళ్లీ కాళీని పూజించుకొంది.

ఈ ప్రాంతపు ప్రజలే కాక దూరతీరాల వారు కూడా వచ్చి అమ్మవారిని పూజించు కొంటారు.

ఇక్కడ నాకు నచ్చిన అంశం ఏమిటంటే ప్రసాదం. నేను ప్రసాదం భక్తుడిని. మన ప్రాంతంలా కొబ్బరి, అరటి పళ్లు కాక కోవా స్వీట్లు నివేదనం చేస్తారు. అవే ప్రసాదంగా ఇస్తారు.

ఇక్కడి ప్రధాన అర్చకులు ప్రేమ్ నారాయణ త్రివేదీ. మన వేపు వేదుల, ద్వివేదుల వారున్నారు. ఈయన త్రివేదీ. ఎంతో భక్తి శ్రద్ధలతో అమ్మవారి అర్చనాదులు చూస్తారు. ఐతే మంత్రం మనవైపులా వుండదు. సామవేదం శైలిలో వుంటుంది.

ఆయనకు మావయ్య అంటే ప్రేమ. తరచూ సందర్శించడం వల్లే కాక వారి అబ్బాయి హరినివాస్ త్రివేదీ మావయ్య దగ్గర ఉద్యోగం చేయడం వల్ల కూడా.

74 లో మావయ్య వివాహ సందర్భంగా ఈ ఆలయ పరిసరాల్లో గల మంటపంలో విందు ఏర్పాటు చేసారు. బాధ్యత అంతా హరినివాస్ చూసుకున్నాడనీ ఒక అరవై మందికి ఆతిథ్యం ఇవ్వడానికి 800 ఖర్చు అయిందని 900 రూ కానుక రూపంలో వచ్చినట్లు లాభం 100 రూపాయలు అనీ ఫేస్‌బుక్‌లో ఈ విషయాన్ని వ్రాసినప్పుడు చదువుతూ మావయ్య గతాన్ని తడుముకుంటూ చెప్పాడు.

ఇక్కడ వొక పుష్కరిణి వుంది. దానికి సమీపంలోనే గంగాధర్ రావు సమాధి వుంది. ఈ పుష్కరిణి లోని జలమే అమ్మవారికి వాడుతున్నారు. ఝాన్సీలో అమ్మవారి గుడివున్న ప్రాంతాన్ని లక్ష్మీ తాల్ అంటారు.

రేపే ప్రయాణం. మళ్లీ ఎప్పటికి వెడతానో.

ఈ C. 35. దీనితో ఎన్ని జ్ఞాపకాలు ముడిపడి వున్నాయోకదా! ఇప్పుడిది మిలటరీ వారి అధీనంలో వుంది. దీనికి కొద్దిదూరంలో శర్మగారూ ఆయన భార్య అన్నపూర్ణగారూ వారిద్దరి పిల్లలు వుండేవారు. వారి అమ్మాయి రామలక్ష్మి, ఆమె సోదరుడు బుజ్జి. వీరంతా నాతో స్నేహంగా వుండేవారు.

బుజ్జి పాటలు. పాడేవాడు.

తను కిషోర్ కుమార్‌లా పాడగలను అనే అభిప్రాయంతో వుండేవాడు. హకీకత్కీ దునియామే చాహత్ నహీ హై అనేపాట తరచు పాడేవాడు. ఇప్పుడు హైదరాబాద్‌లో స్థిరపడ్డాడు. మంచి సాంస్కృతిక కార్యక్రమాలు చేస్తున్నట్లు తెలిసింది.

రావుగారి అబ్బాయి బాబు, విజయ్ కపూర్, మరొకరు తరచు కలిసేవారు. వీరందరూ స్నేహానికి కొత్త కిటికీలు తెరిచినవారు. విజయ్ చాలా అందంగా ఉత్సాహంగా వుండేవాడు. ఇప్పుడు ఎక్కడున్నాడో ఏం చేస్తున్నాడో!

ఇంక రేపు ప్రయాణం. మళ్లీ చూడనేమో!

నా ఝాన్సీకి సెలవు... అనుకున్నా. ఐతే మా మావయ్య ఝాన్సీ తో జీవిత కాలపు అనుబంధం కలిగేలా చేసిన సంగతులు ఇంకా ఉన్నాయి.

❖❖❖

3

ట్రైన్ బయలు దేరే సమయానికి స్టేషన్ చేరా. డ్రైవర్ ఫ్రాన్సిస్ సమయ పాలనకి థాంక్స్ చెప్పా. బోగీ నెంబరు, సీటు నెంబరూ చూసుకుని కూర్చున్నా. కాళీచరణ్ నా సామాన్లు తీసుకొచ్చి సీటు కింద వుంచాడు.

రైలు ప్లాట్ఫారం దాటేదాకా చేతులు ఊపుతూనే వున్నారు మావయ్య, అతని అనుచరులు.

గుండె బరువెక్కింది, కళ్లు చెమర్చాయి. కొద్ది సేపటికి రైలు వంతెన దాటుతున్న శబ్దం.

అది బేత్వా నది. ఎక్కడ గోదావరి? ఎక్కడ బేత్వా నది?

పూర్తిగా 30 గంటలు ప్రయాణం చేస్తే కానీ నా గోదావరి నది రాదు. దాని పరీవాహక ప్రాంతంలో రెండు అడుగులు వేయాలంటే మరికొన్ని గంటలు.

ఇప్పటిలా 24 గంటల్లో చేరే రోజులు కావు. పూర్తిగా 36 గంటలు పట్టేది. ఏదేనా అవాంతరాలు వస్తే ఇంకో రెండు మూడు గంటల పాటు సాగేది ప్రయాణం.

నా నదిని దాటా. నా పెదతండ్రి సత్యనారాయణ శాస్త్రి గారి ఇల్లు దాటా. అప్పుడు పొగబండి. తల నిండా రాక్షసి బొగ్గు తునకలు, నిద్రలేమి, మనుగుడుపులు పూర్తయిన పెళ్లికొడుకులా వుంది వ్యవహారం. సామర్లకోటలో దిగి, బయటికి వచ్చి కాకినాడ వెళ్తున్న బస్సు ఎక్కాలి. అక్కడ దిగి యానాం బస్సు, యానాం నుండి పల్లిపాలెం.

మొత్తానికి ఇంటికి చేరా!

స్వర్ణమయీ లంకా.. అన్నాడు. వాల్మీకి.. జననీ జన్మభూమిశ్చ స్వర్గాదపి గరీయసీ అనిపించాడు రాముడి చేత.

ఈ నా శరీరమందివతళించిన గాలి అనీ అనుకున్నా. అందరూ ఆర్మస్ట్రాంగ్ కోసం ఎదురుచూస్తున్న ఆతడి కుటుంబ సభ్యుల్లా ఎదురు చూస్తున్నారు.

మాటల్లేవ్, మాట్లాడుకోడాల్లేవ్ అన్నట్లు తిన్నగా పెరటి వైపుకు వెళ్ళిపోయా. చెట్లు మర్చిపోలేదు, పశువులు, పక్షులు మరచి పోలేదు. తమ్ముళ్లు వెంటబడ్డారు. ఒకటి నా మీద బెంగ, మావయ్య ఏం పంపాడోనని ఉత్సుకత.

ఆగ్రాపేట్ ఇచ్చాడు మావయ్య. అది అందరూ రుచి చూసారు. నాన్నగారికి చాలా నచ్చింది. ఆగ్రా వీధుల్లో ఎక్కడ చూసినా బూడిద గుమ్మడి కాయలేననీ వాటితో తయారు చేస్తారని చెప్పా.

నిద్ర, నిద్ర, నిద్ర. రెండురోజులు అలసట తీర్చుకోడం సరిపోయింది.

అక్కడ నుండి ఇప్పటి వరకూ మీకు చెప్పినవన్నీ చెప్పి, ఆశ్చర్యపరచా. కథాకథన పద్ధతిలో, అక్కడి చారిత్రక విశేషాలు, మావయ్య విభవం ఏకరువు పెట్టా. మధ్య మధ్య ఒకటీ అరా హిందీ పదాలు దొర్లించి ఫోజు కొట్టా. మొత్తం మీద ఝాన్సీ వెళ్లి తీరాలి అనిపించేలా ఊదరగొట్టా. వెంటనే వెళ్దాం అని అనిపించినవారు రాముడు మావయ్య, దక్షుడు మావయ్య.

నాలుగైదేళ్లవుతోంది ఝాన్సీ వదిలి పెట్టి. ఈ లోగా మావయ్య వచ్చి వెడుతున్నాడు సకుటుంబంగా. మరో ఇద్దరి పిల్లల తండ్రయ్యాడు కూడా. పల్లిపాలెం రావడం అక్కడ నుండి అత్తవారిల్లు నడవపల్లి వెళ్లడం, ఝాన్సీలో చక్రం అతడి చేతుల్లో వుంటే పల్లిపాలెంలో చక్రం నా చేతిలో వుండేది. అది వేరేకథ.

ప్రస్తుతం ఝాన్సీలోకి వద్దాం.

ఒకానొక మధ్యాహ్నం పూట టపాలో మావయ్య దగ్గర నుండి లేఖ వచ్చింది నాన్నగారి పేర.

సాధారణం గా లేఖలు నా పేరే వచ్చేవి. అందుకు భిన్నంగా మా నాన్నగారి పేర వచ్చింది. ఆయన చదువుకుని, ముసిముసి నవ్వులు నవ్వుతున్నారు.

ఆసక్తి ఆపుకోలేక లేఖ లాక్కున్నా.

ఆ లేఖ ఈ క్రింది విధంగా వుంది.

బ్రహ్మశ్రీ పెద్ద బావగారికి నమస్కారాలు. మేం అంతా బాగున్నాం.

ఇక ప్రస్తుతం విషయానికి వస్తే! ఒకప్పుడు మీ కాశీయాత్ర ఆపు చేసిన మాట వాస్తవమే. కానీ మా అక్కచేత, మీ చేత కాశీయాత్ర చేయించదలచా. పదిరోజులు ఇక్కడ వుండి కాశీ, గయా, ప్రయాగ మొదలైన పుణ్య క్షేత్రాలు చూద్దురుగాని.

మీ అన్న(మధునాపంతుల సత్యనారాయణ శాస్త్రి) గారిని కూడా తోడుకొని రండి. సత్యం (అంటే నేను) మీకు తోడుగా వుండి ప్రయాణ సౌకర్యం చూస్తాడు. ఇక్కడకి వచ్చాక నాదీ బాధ్యత. మ. స. అక్కకి నమస్కారాలు. చిరంజీవులకు ఆశీస్సులు.

ఇదీ ఆ లేఖ తాత్పర్యం.

పెద్దనాన్నగారితో సంప్రదించడం, వారు అంగీకరించడం, అనంతరం ముహూర్తం చూడడం, రిజర్వేషన్లు చేయించుకోడం జరిగిపోయాయి.

బయలుదేరే సమయం రానే వచ్చింది. పెద్దనాన్న గారు, అమ్మ, నాన్నగార్లు, చిన్న తమ్ముడు. వీరికి గైడ్‌గా నేనూ బయలుదేరదాం.

ఝాన్సీ ప్రయాణం అంటే 36 గంటల సమయం పట్టేది. వీళ్లు దారిలో ఏమీ తినరు. అంటు సొంటు బాపతు తరం. ఎలాగా ఇంట్లో దంపించిన అటుకులు వున్నాయి. నీళ్లు, అరటి, బత్తాయి లాంటి పళ్లు సిద్ధం చేసుకున్నారు.

సరే, రెండు అప్పర్ బెర్త్ లు, రెండు లోయర్ బెర్త్‌లు, వొక మిడిల్ వచ్చింది. సర్దుకు కూర్చున్నాం.

నాకు ట్రైన్ ఎక్కగానే నిద్ర పోడం అలవాటు. హాయిగా అప్పర్ బెర్త్ ఆక్రమించి నిద్రపోయా. తమ్ముడు కామేష్‌కి రైలు ప్రయాణం మొదటిసారి. దాంతో, కిటికీలోంచి బయట ప్రకృతిని ఆస్వాదిస్తున్నాడు. రైల్లో అటూ ఇటూ తిరగాలని చూస్తున్నాడు. అమ్మకి భయం. తిరగనిచ్చేది కాదు.

నాన్నగారు పెద్దనాన్న గారు కబుర్లు చెప్పుకుంటున్నారు. అమ్మ వింటోంది.

వారి కబుర్లలో వర్తమాన సాహిత్య విషయాలు, సామాజిక అంశాలు, కౌటుంబిక సంగతులు దొర్లుతున్నాయి. నేనూ కాసేపు విన్నా.

ఈ ప్రయాణం గమ్మత్తుగా వుంది. బాధ్యతగానూ వుంది. బాగా చీకటి పడింది.

తమ్ముడు, నేను భోజనం తెప్పించుకున్నాం. పెదనాన్న, నాన్న, అమ్మ అటుకులు పెరుగులో కలుపుకుని తిన్నారు.

నాగపూర్ దాకా తెలుగు చలామణిలో వుంది. అక్కడ నుండి హిందీ ఆరంభమైంది. నేను హిందీలో మాటాడుతుంటే పెదనాన్న ఆసక్తిగా వింటున్నారు.

ఆయనకి వో సందేహం వచ్చింది. నీ మాతృభాష తెలుగులో మాటాడచ్చు కదా! వారు నీకు వచ్చో రాదో తెలియకపోయినా నీతో హిందీలో మాటాడుతున్నారు కదా!

సరే మాటాడతా అని ఇలా రావోయి, టీ కావాలి అన్నా. టీని బట్టి వాడు తెలుగు అర్థం చేసుకున్నాడు.

మిగతా చోట్ల ఏదేనా చెబితే అచ్ఛ అచ్ఛ అని వెళ్లి పోయేవారు.

రాత్రయింది. ఎవరి బెర్త్‌లు వారు ఆక్రమించాం. వారు నిద్ర పోయారో లేదో కానీ నేను సుఖంగా పడుకున్నా.

తెల్లవారింది. రైలు కొండలు దొలిచిన గుహలలోంచి వెడుతోంది. ఆ సమయంలో ఈలలతో అరుపులతో బండి హడావుడిగా వుంది.

రైలులోకి వేరుశెనగ కాయలూ, కకడీ అదే కీరా లాంటిది అమ్మకానికి వచ్చాయి. కొనమన్నారు. కొన్నా. నాన్నగారికి చిరుతిళ్లు సరదా.

భోపాల్ చేరాం. భోపాల్ పోహాకి ప్రసిద్ధి. నేను, తమ్ముడు పోహా తిన్నాం. పోహా అంటే ఏంటో అనుకున్నా. ఇది అటుకుల పులిహోర అంది అమ్మ.

లలిత్ పూర్ దాటాక ఝాన్సీ వచ్చేస్తుందని చెప్పా. హమ్మయ్య అనుకుని ఎదురు చూడసాగారు.

మొత్తానికి ఝాన్సీ చేరాం. స్టేషన్‌లో మావయ్య మరికొందరు వచ్చారు. చేతిలో సామానులు వగైరా తీసుకుని జీపెక్కించారు. పదినిముషాలలో మావయ్య క్వార్టర్స్ ముందున్నాం.

ఝాన్సీ చేరి కాల్యాలు తీర్చుకుని, ఉపాహారాలు అయ్యాక, కబుర్లు మొదలుపెట్టాం. మొదటి సారి వీరు తన ఇంట అడుగు పెట్టిన ఆనందం ఆ దంపతుల కళ్ళల్లో కనుగొన్నా.

ఇది డచ్ బంగ్లా అన్నారు పెదనాన్న గారు. ఆయన తన సునిశిత దృక్కులతో అంతా గమనిస్తున్నారు. నాన్నగారు చురుకైన వ్యక్తి. అక్కడ లాన్ లో వున్న ఊయలలో

ఊగడం మొదలు పెట్టారు.

పెదనాన్న అక్కడ టీపాయ్ మీద వున్న దైనిక్ జాగరణ దినపత్రిక తిరగేస్తున్నారు. అమ్మ తన తమ్ముడి భార్యతో ఇష్టాగోష్ఠి.

కామేష్, మావయ్య కూతురు కవితతో కబుర్లు.

ఒక పదిరోజులు ప్లాన్ తో వచ్చాం. ఐతే నాకు అనేక ఇతర కార్యక్రమాల వల్ల ఒక మూడు రోజులు మాత్రమే వుండదలచా!

రేపే మనం తాజ్ చూడడానికి ఆగ్రా వెడుతున్నాం.

అక్కడ నా మిత్రుడు ఖన్నా వున్నాడు, అవసరమైతే ఒక రోజు ఆగచ్చు. అక్కడకి దగ్గరలో మధుర, దయాల్బాగ్ లాంటివి చూడవలసి ప్రదేశాలు వున్నాయి అన్నాడు మామయ్య.

దారిలో చంబల్ లోయలు. ఆ లోయల్లోనే డాకూ మంగల్ సింగ్ ఉండేవాడనీ, అతను హిందీ మాష్టారు అనీ, ఆయన ఒక జమీందారుపై తిరుగుబాటు చేసి అనేకులను కూడగట్టుకుని ప్రభుత్వాలకు సవాలుగా మారాడనీ, అతడు పేదల పక్షపాతి అనీ చెప్పాను. (ఇదంతా పత్రికల వల్ల సంపాదించిన జ్ఞానం.)

సరే, ఆగ్రా బయలుదేరాం. ఖన్నా గారింటికి వెళ్లాం.

ఖన్నా దంపతులు నాకు ఇంతకు ముందే పరిచయం. మిసెస్ ఖన్నా గుక్కతిప్పు కోకుండా మాటాడే స్వభావి. ఒక ప్రశ్నకు సమాధానం చెప్పేలోగా మరో ప్రశ్న. పిచ్చుకలు కిచకిచ లాడినట్లుంటుంది. సందడే సందడి అనుకున్నా.

మేం ఖన్నా గారి ఇంటి మెట్లు ఎక్కుతుంటే వారు మెట్లు దిగుతున్నారు. జరిగిన సంగతేమిటంటే!

ఖన్నాగారి అత్తగారు అనారోగ్యంతో వున్నారని టెలిగ్రాం వచ్చింది. మరి కొద్ది సేపటిలో వారు వెళ్లాల్సిన బండి వుంది.

ఇప్పుడు ఎలా? అనుకుంటుంటే ఆయియే సత్యం భయ్యా! అని పిలిచి, సంగతి చెప్పి, తాళాలు మా చేతికిచ్చేసి, పనివాడితో వీరు చావల్ ఖానే లోగ్. నువ్వు బియ్యం, కూరగాయలు తెచ్చి వీరికి ఇయ్యి. ఎక్కడకీ వెళ్లకు అని హెచ్చరించి, తాళాలు నాలుగు ఇళ్ల తర్వాత వున్న ఇంట్లో ఇమ్మని మాకు చెప్పి వెళ్లిపోయారు.

మేం కాస్త ఫ్రెష్ అయి తాజ్ చూడడానికి బయలుదేరాం. తాజమహల్ దగ్గరకి వెళ్ళకుండా బారికేడ్లు ఏర్పాటు చేసారు. ఈరోజు ఎవరో ఇతరదేశపు ప్రధాని చూడడానికి వస్తున్నారు. సందర్శకులకు అనుమతి లేదన్నారు. సరే మధుర, దయాల్బాగ్ మొదలైనవి చూసి, రాత్రి ఖన్నాగారి ఇంటికి చేరాం.

పనివాడు "పాలూ పెరుగు ఫ్రిజ్‌లో వున్నాయ్! చావల్ తెచ్చా, నన్ను వండద్దని మేడం చెప్పారు" అని కిచెన్ అప్పగించాడు.

అమ్మ స్నానం చేసి, వంటకి ఉపక్రమించింది. వేడి వేడి అన్నం, రసం చేసింది. మంచి ఆకలిమీద వున్నాం. నిమ్మకాయ ఊరగాయ, రసం, పెరుగు లతో భోజనం ముగించుకుని రేపటి సంగతి ఆలోచిస్తున్నాం.

ఓహో! ఎంత విచిత్రం. పిఠాపురంలో పుట్టిన అమ్మ, పల్లిపాలెం మెట్టిన అమ్మ ఆగ్రాలో ఖన్నా గారింట్లో వంట చేసి భర్తకీ బావగారికీ బిడ్డలకీ ఆకలి లేకుండా చేయడం ఎంత గొప్ప సంగతి!

ఆ రాత్రి చక్కటి నిద్ర పట్టింది.

మర్నాడు ఉదయం లేవడం, తెమిలి తాజ్ వైపు వెళ్లాం. అంతదూరం నుండే తన తీక్షణమైన కళ్లతో తాజ్‌ని గమనిస్తున్నారు పెద్దనాన్నమధునాపంతుల సత్యనారాయణ శాస్త్రి.

అమ్మ నెమ్మదిగా అడుగులు వేస్తోంది. కాలిలో ఆనెలుండేవి. అవి మానినా మా అమ్మ కి మందగమనం అలవాటైంది. నాన్నగారు చురుగ్గా చుట్టూ చూస్తున్నారు.

అమ్మ నెమ్మదిగా, ఆ వెనుక పెద్దనాన్న మరీ నెమ్మదిగా కలియచూస్తూ వున్నారు.

నేను, తమ్ముడు వేరే దిశగా తిరుగుతూ ఫోటోలు తీసుకుంటున్నాం. తప్పిపోకుండా కూడా చూసుకోవాలి కదా!

ఆగ్రాలో అన్నీ చూడడం ఎంత నచ్చిందో! అంత కన్నా ఖన్నా గారి ప్రేమ నచ్చింది. ఎంత ప్రేమలేకపోతే ఇంటి తాళాలు ఇస్తారు. అదే నేనైతే సారీ చెప్పి, నా పనిమీద వెళ్లి పోదును. థాంక్యూ ఖన్నా.

(కరోనా సమయంలో ఖన్నా దంపతులు కాలం చేసారు. మైత్రి కి విలువ ఇవ్వడం వారిని చూసి నేర్చుకోవాలి. వేదన కలిగింది. ఆ దంపతులకు నివాళులు.)

ఆగ్రా నుండి మర్నాడు రాత్రికి ఝాన్సీ చేరాం. ఈ తాజమహల్ సందర్శన పెద్ద నాన్నగారిలో ఉత్సాహం కలిగించింది. కానీ మా దొడ్డకాలం చేసాక ఆయన అంతర్ముఖుడిగా మారిపోయారు. చాలా రోజుల తర్వాత అన్నదమ్ములు ఈ విధంగా కలిసి ప్రదేశాలు సందర్శించడం, మావయ్య ప్రత్యేక శ్రద్ధ, ఆయనకి సంతోషం కలిగించింది.

గతంలో కన్యాకుమారి వెళ్లారు. అప్పుడు సూర్యోదయాన్ని చూసి స్పందించిన కవి హృదయం ఇప్పుడు మూగవోయింది.

కన్యాకుమారిలో అరుణోదయం నుండి వొక పద్యం.

ప్రాత చీకటిబావి లోలోతునబడి
దిక్కు తెలియక మూల్గు నాదెసకు నొక్క
సమణి కంకణ పాణి పద్మమటు సాగి
వచ్చె గన్యాకుమారి ప్రాగ్ద్వారసీమ.

ఈ పద్యాలు చదువుకున్న నేను తాజ్ మీద పద్యాలు ఆశపడ్డా. ఇంటికి అంటే మావయ్య గారింటికి చేరాం. మర్నాడు రాత్రికి వారు కాశీ ప్రయాణం. నేను పల్లిపాలెం వెళ్లడమూ.

రైల్వే క్వార్టర్స్‌లో ఇంటిపక్కన వుండే ఫార్మాసిస్ట్ శర్మ గారి స్వస్థలం కాశీ. వారికి స్వంతయిల్లు, సోదరులు వున్న వూరు.

శర్మ గారు, భార్య మంజుల మా కుటుంబం కాశీ బయలు దేరారు.

రాత్రి 9 గంటల సమయం వారి రైలు. నాది తెల్లవారి నాలుగు గంటల బండి.

నేనూ రాంప్రకాశ్ అనే మనిషి తప్ప ఇంట్లో ఎవరూ లేరు. పదింటికి డిన్నర్ పూర్తిచేసి పడుకున్నా. రాంప్రకాశ్ వరండాలో పడుకున్నాడు.

నేను కలత నిద్రలో వుండగా రాంప్రకాశ్ పిల్లిలా నడుచుకుంటూ ఇంట్లోకి వెళ్ళాడు. నేను నిద్రనటిస్తూ గమనిస్తున్నా. అతడు మావయ్య గదిలోకి వెళ్లి ఏదో తెచ్చుకుని, తన సంచీలో దాచి పడుకున్నాడు.

ఇప్పుడు నేనేం చెయ్యాలి? అతడు దాచింది ఏమిటి? మావయ్య ఇతనినీ, నన్నూ నమ్మి ఇల్లప్పగించాడు.ఇతడేమో ఇలాంటి వాడు. ఎలా స్పందించాలి అని నిద్ర పోకుండా గమనిస్తూ మంచం మీద దొల్లుతున్నా!

నా రైలుటైమౌతోంది. లేచి తెమలాలని ఆలోచిస్తున్నా.

అప్పుడు అలారం మోగింది అతడి సంచీలోంచి. దాన్ని కట్టేసి, మావయ్య గదిలో టేబుల్ పై పెట్టేసి, భాయీసాబ్... అని నన్ను లేపాడు.

నాకర్థమైంది. నా అనుమానం నాకు నిద్ర లేకుండా చేసింది. సాటి మనిషిని నమ్మలేక పోయా! సిగ్గేసింది.

స్నానం చేసి బయలుదేరా.

నేను పల్లిపాలెం చేరి, నా దైనందిన కార్యక్రమాలలో తలమునకలై వున్నా.

మా ఇంటి పక్కనే తాతపూడి రామకృష్ణావధానులు అనే ప్రఖ్యాత వేదపండితులు వున్నారు. వారు మా కుల పురోహితులు. మా తల్లిదండ్రులను వారు అక్కా బావలుగా సంబోధించడమే కాక గౌరవాభిమానాలు ప్రకటించేవారు.

మీ తలిదండ్రులు కాశీయాత్ర ముగించుకుని గంగను తీసుకుని మన గ్రామానికి వస్తున్న సందర్భంలో గ్రామస్థులు స్వాగతం ఏర్పాటు చేస్తున్నారు. ఇంటికి వచ్చాక గంగ పూజ, కాశీ సమారాధన ఏర్పాటు చేయాలని సూచించారు.

"నాకు ఇదంతా తెలియదు. ఏర్పాటు చేయడానికి అభ్యంతరం లేదు. మీ మార్గదర్శనంలో జరుగుతుంది కనుక నాకు బెంగలేదు" అని బాధ్యత అంతా వారికి అప్పచెప్పా.

తిరిగి తిరిగి రాగానే ఈ కార్యక్రమానికి మా తండ్రి ఎలా స్పందిస్తారో తెలియదు.

అమ్మ, నాన్న, పెదనాన్న, తమ్ముడు పల్లిపాలెం చేరారు. గ్రామంలో అడుగు పెట్టగానే అమ్మవారి గుడి.

బాజా భజంత్రీలు, మేళతాళతాళాలు, బంధువులు, గ్రామస్థులు అందరూ ఎదురు చూస్తున్నారు. అందరి కళ్ళలో ఆనందం, గౌరవం.

ఇల్లంతా తోరణాలు కట్టాం, ముగ్గులతో అలంకరణ చేసాం.

మర్నాడే గంగపూజ. శాస్త్రానుసారం జరిపించారు గురువుగారు.

విందు భోజనాలయ్యాయి. అందరూ వసారాలో కూర్చున్నారు. కాశీ నేను వెళ్ళలేదు కనుక ఆసక్తిగా వింటున్నా. చిన్న తమ్ముడిని ఎవరో అడుగుతున్నారు. అక్కడ భోజనాలు ఎలా వుంటాయి అని. వాడి సమాధానం తమాషాగా అనిపించింది. అక్కడ

ఎవరూ భోజనం చేయరు, రెండు పూటలా టిఫిన్ లే అన్నాడు. మన వైపు పూరీ, చపాతీ ల్లాంటివి టిఫిన్ లు గానే పరిగణిస్తాం కదా! అదీ వాడి సంగతి.

కాశీ సంగతులు నాన్నగారు, తన తమ్ముడు సంగతులు అమ్మా చెబుతున్నారు.

చెల్లెళ్లు గంగ చెంబులు, కాశీ తాళ్లు, ఇతర కానుకలు పంచుతున్నారు. మా అమ్మ అంటే అన్నదమ్ములకీ అప్పచెల్లెళ్లకీ ప్రత్యేకమే. అమ్మమ్మ కన్న పన్నెండు మందిలోకీ అమ్మ మొదటి బిడ్డ.

మావయ్య అక్క ప్రేమకి ఒక ఉదాహరణ. తన ఆడబిడ్డకి అక్క పేరు కలిపి కవితా కలికి అని పెట్టుకున్నాడు.

ఆ పిల్లకి పెళ్ళీడు రాగానే నా రెండో తమ్ముడు శ్రీనివాస్‌కి ఇచ్చి పెళ్లి చేసాడు. నేను అప్పటికే ఆతని అన్నగారి అమ్మాయిని చేసుకున్నా. దానికీ పరోక్ష ప్రేరకుడు మావయ్యే.

కాశీయాత్ర ఆవిధంగా ముగించారు అన్నదమ్ములు. అప్పుడు అనుకున్నా!

"అహం కాశీం గమిష్యామి తత్రైవ నివసామ్యహం" అని.

ఆ తర్వాత ఇరవై ఏళ్లకి కానీ ఆ పని చేయలేకపోయా.

కాశీఖండం సమాప్తం.

❖❖❖

4

ఇది వొక అపురూపమైన సంగతి. తరచు ఝాన్సీ వెళ్లి వస్తూండడం, అక్కడి సంగతులు ఆసక్తిగా చెబుతూండడంతో తాతపూడి రామకృష్ణావధానులు గారు సంతోషించే వారు.

"ఆగ్రాలో శిల్పాలు తయారు చేసే కేంద్రాలు చూసావుకదా! నాకు కొన్ని శిల్పాలు చేయించి తేగలవా!" అని అడిగారు. తప్పకుండా అన్నా.

"ఆదిత్యమంబికాం విష్ణుం గణనాథం మహేశ్వరం" అనే శ్లోకం చదివి తన కార్యస్థానం ఇంజరంలో పంచాయతన ప్రతిష్ట చేయదలచినట్లు, పంచాయతన నిర్మాణ బాధ్యతలు యానాంకి చెందిన ప్రసిద్ధ వ్యాపారవేత్త కంచర్ల కామేశ్వరరావు వారి సోదరులు వహించదలచినట్లు, అది శ్రీరామ పంచాయతనం అనీ సీతారాముల విగ్రహాలు కూడా కావాలని చెప్పారు.

నేనీ బాధ్యత సంతోషంగా స్వీకరించి, మీ పని పూర్తి చేయగలను అని భరోసా ఇచ్చా.

నాకు రెండు కారణాలు వున్నాయి. ఒకటి, ఒక ధార్మిక కార్యక్రమంలో బాధ్యత వహించడం. రెండోది, మళ్లీ ఝాన్సీ వెళ్లి మావయ్య కుటుంబాన్నీ, మిత్రులను కలుసు కోవడం.

గురువు గారు నిర్ణయం ప్రకారం వారు సూచించిన ముహూర్తానికి బయలుదేరి ఝాన్సీ వెళ్లా.

ముందుగా ఆగ్రా వెళ్లా.

అక్కడ వొక వీధి వుంది. ఆ వీధంతా శిల్పాలు చెక్కే కుటుంబాల వారివే. ఇళ్లన్నీ సామాన్యంగానే వున్నాయి.

మాకు సమీప గ్రామం ఇంజరం లో ఇలాంటి వీధి వొకటి వుంది. అది నేత పనివారి వీధి. అద్భుతమైన నేత చీరలూ, పంచలూ తయారు చేస్తారు వారు. ఇప్పుడు ఉప్పాడ చీరలు ఇక్కడ తయారౌతున్నాయి.

ఈ శిల్పుల వీధికి వద్దాం. పది పన్నెండేళ్లు వయసున్న కుర్రాళ్లూ, డెబ్బై ఏళ్లు దాటిన వృద్ధులూ శిల్పాలు తయారు చేస్తున్నారు. వారి నైపుణ్యాన్ని చూసి ఆశ్చర్య పడ్డా!

నిజానికి వారు చెప్పిన ధర చెల్లించి తీసుకోవాలని అనిపించింది. కానీ డబ్బులు నావి కావు. ఇతరుల డబ్బుతో కళా పోషణ చేయకూడదు.

బేరం మొదలుపెట్టా.

ఒక చోట సెట్టు ధర మరోచోట ధర చాలా వ్యత్యాసంగా వున్నాయి. ఆ వ్యత్యాసం వేలమీద వుంది.

ఎలా? ఒక చోట ఎంతో నిదానంగా, ప్రేమగా, శ్రద్ధగా చూపే శిల్పి దొరికాడు.

ముందు ఈ ధరల తేడా గురించి అడిగా!

"భాయిసాబ్! చెబుతా" అని వొక సూదిమొన గలిగిన మేకు తెచ్చి, వొక విగ్రహం వెనుక బలంగా గోకమని నాకు ఇచ్చాడు. ఎంత గట్టిగా గోకినా చిన్న గీత కూడా పడలేదు. అనంతరం ఇంకో విగ్రహం చేతికిచ్చి, దాని వెనుక గోటితో గీయమన్నాడు. గీసా. లోతుగా గీయబడింది.

ఇదీ వ్యత్యాసం. మొదటి విగ్రహం రాయి నాణ్యత గొప్పది. మీరు అభిషేకాలు చేసినా చెక్కు చెదరదు. వందల ఏళ్లయినా నిలిచి వుంటుంది.

ఈ విగ్రహాన్ని చెక్కడానికి నెల పడితే రెండో రకం చెక్కడానికి వారం చాలు. నాణ్యత గల విగ్రహాలు చెక్కేవారు వొకరిద్దరు మాత్రమే వుంటారు. చిన్న ఉలి దెబ్బ తేడా వస్తే మొత్తం విగ్రహం చెడిపోతుంది. శ్రమ వృథా ఐపోతుంది. ఇది మీరు గమనించాలి అన్నాడు. కొంత జ్ఞానోదయం అయింది. సరే మొత్తానికి ఇద్దరూ రాజీకి వచ్చి వొక ధరకి కుదుర్చుకున్నాం.

ఐతే, సూర్య విగ్రహం అతడి దగ్గర లేదు. దానికోసం దాదాపు పది శిల్పశాలలు తిరిగాం. ఒక చోట దొరికింది. కాని అతడు ధర దగ్గర రాజీ పడలేదు. అతడికి తెలుసు మిగిలిన చోట్ల దొరకవని. అదీ ఆతడి బెట్టు.

సరే చెప్పిన ధరకే వొప్పు కుని, ప్యాక్ చేయించు కొన్నాం.

ఇంక సీతారాముల సెట్.

మావయ్య మిత్రుడు జైపూర్‌లో ఇంకా మంచివి తక్కువ ధరకు దొరుకుతాయి అని చెప్పడంతో అక్కడ నుండి సీతారాములు వచ్చారు.

ఈ దేవతామూర్తులు తీసుకుని బయలుదేరాలి. మావయ్య తనూ వస్తానన్నాడు. ఇద్దరం బయలుదేరాం.

సామర్లకోటలో దిగేసరికి మాకు ఆశ్చర్యం, సంతోషం కలిగింది. ఎందుకంటే, ఒక వేదపండితుల బృందం, గురువుగారు, మేళతాళాలు, పూలదండలు, మాకు స్వాగతం పలికాయి.

ఎంతో భక్తి శ్రద్ధలతో ఆ విగ్రహాలున్న పెట్టెలను తీసుకుని మెటాడోర్ వాహనంలో ఇంజరం తీసుకెళ్లారు. ఇక్కడ ఇంకో సంగతి, పంచాయతన విగ్రహాలకు మావయ్య డబ్బు చెల్లించాడు.

అప్పటి నుండి ఇప్పటి దాకా ఆ విగ్రహాలు ఇంజరం ఆలయంలో పూజలు అందు కుంటున్నాయి.

ఝాన్సీ వెళ్లినపుడల్లా ఏదో ఒక కొత్త సంగతి తెలుస్తోంది.

మావయ్య డిప్లమో కాగానే 1964లో శ్రీశైలం ప్రాజెక్టులో ఉద్యోగంలో చేరాడు. అనంతరం బొంబాయి లో రైల్వే లో చేరాడు. ముంబరా అనే ప్రదేశంలో వుండేవాడు.

నాకు అక్కడ నుండి లేఖలు వచ్చేవి. అవి ఇంగ్లీషులో వుండేవి. నేను సమాధానం తెలుగులో రాసేవాడిని.

నేను S. S. L. C లోకి రాగానే సమాధానాలు ఇంగ్లీషులోనే రాయమనేవాడు. అలా ఉత్తర ప్రత్యుత్తరాల వల్ల నా ఆంగ్లం మెరుగుపడింది.

మంచి మార్కులు, ముఖ్యంగా లెక్కలలో వస్తే బహుమతి ఇస్తానని ప్రకటించాడు. 64 మార్కులు వచ్చాయి.

చిత్రంగా తను వచ్చిన రోజునే రిజల్ట్స్ వచ్చాయి. రీకో ఆటోమేటిక్ వాచీలు అప్పుడు కొత్త. ఆ కొత్త వాచీ నా చేతికి వచ్చింది.

ఇప్పుడు అమెరికా, ఆస్ట్రేలియా, యూ. కే లాంటి చోట్లకి చదువుకోడానికీ ఎగబడు తున్నారు.

ఆ రోజుల్లో బొంబాయి విదేశం కింద లెక్క. ఇప్పటికీ పాతతరం వాళ్ళు విశాఖపట్నం లాంటి చోటుని కూడా ఆదేశం నేను వెళ్ళలేదండీ అనే వాడుక వుంది.

మావయ్య తన ఉద్యోగంలో సింహభాగం ఝాన్సీలోనే చేసాడు. అలా ఝాన్సీ మాకు దగ్గరైంది. ఈ నాలుగున్నర దశాబ్దాల కాలంలో ఝాన్సీ ఎన్నో మార్పులు పొందింది.

బొంబాయి నుండి మన్మాడ్ బదిలీ అయింది. అక్కడకూ వెళ్లా. అప్పుడు ఎల్లోరా, షిర్డీ చూసా. బొంబాయి మా మరదలిని తీసుకురావడానికి, ఒక సాహిత్య కార్యక్రమానికీ వెళ్లా.

ఉద్యోగస్థుడికీ వ్యవసాయదారుడికీ దూరం ఏమిటి? అనే నానుడి వుంది. దాన్ని అనుసరించి మావయ్య ఇంత దూరం వెళ్లాడన్నమాట. ఐతే తరచు వెళ్లడం వల్ల ఊళ్ల మధ్య, వ్యక్తుల మధ్య దూరం తగ్గుతుంది.

మావయ్యతో అనుబంధం పిఠాపురంలో మొదటి శ్వాస తీసినప్పటిది. దాని విస్తృతి ఎక్కువ. మావయ్య భార్య నాగమణి తో పరిచయం ఆమె మావయ్య జీవితంలో అడుగు పెట్టినప్పుడు మొదలైంది. ఆమె నడవపల్లిలో పుట్టింది. తండ్రి హిందీ పండిట్. తల్లి సాధారణ గృహిణి. ఒక చెల్లి.

మావయ్య ఏడాదికో, రెండేళ్ళకో స్వస్థలం వచ్చేవాడు. ఒక వారం వ్యవధి. ఈ వారంలో అన్నదమ్ముల, అక్క చెల్లెళ్ల ఇళ్లు తిరగడం సరిపోయేది. ఆ సమయానికి ఆడపిల్ల తలిదండ్రులు మా నాన్నగారిని సంప్రదించి, ఫోటోలూ జాతకాలు ఇచ్చి వెళ్లేవారు.

ఒక సంబంధం చూసి, పిల్ల నచ్చాలి కదా! అనేవాడు. ఝాన్సీ వెళ్లి మరో ఏడాదికి వచ్చేవాడు. ఇలా చాలా సార్లు జరిగాక!

నువ్వు ఉత్తరాది పిల్లని ఎవరినైనా ఇష్టపడితే చెప్పు. మతం కానీ కులం కానీ పట్టించుకోకుండా పెళ్లి చేస్తాం. అంతే కానీ ఇలా మెరుపులా వచ్చి, నచ్చలేదని చెప్పడం బాగులేదు అన్నారు.

ఆయన స్వరంలోని తీవ్రత పసికట్టలేని వాడు కాదు మావయ్య.

సంబంధం సిద్ధంగా వుందన్నారు కనుక చూసి వెడతానన్నాడు. ఏర్పాట్లు చకచకా జరిగాయి.

మావయ్య నన్నూ రమ్మన్నాడు. నాన్నగారు తప్పు అలా తీసికెళ్లకూడదు అని నచ్చచెప్పారు.

మావయ్య బయలుదేరే ముందు నాకో సంగతి చెప్పాడు. ఈ పిల్లని చేసేసుకుంటా అని.

ఎందుకు ఇన్నాళ్లూ వాయిదా వేసాడు. ఎందుకు ఇంకా చూడకుండానే చేసేసుకో దలచాడు! పైవాడికెరుక. సరే ముహూర్తం నిర్ణయించడం, పెళ్లి జరగడం, ఝాన్సీ వెళ్లి పోవడం చకచకా జరిగిపోయాయి. పెద్ద పెద్ద ఆడబడుచులు ఇంకా పెద్ద మరుదులూ, మేనల్లుళ్లు, మేన గోడళ్లు గల వొక పెద్ద కుటుంబంలో అడుగు పెట్టింది...

పదోతరగతి లోపు చదువు, హిందీ మాస్టారి అమ్మాయి ఐనా వ్యావహారికం భాష రాని చోటు.

ఐతే ఇక్కడ భర్త వైపు కుటుంబం, అటు భర్త స్నేహితులు ఆమెను అక్కున చేర్చుకొన్నారు.

క్రమేణా ఆమె ఆదరాభిమానాలూ, ఆహ్వానాలూ కాదనలేక ఒక్కొక్కరూ ఝాన్సీ బాట పట్టారు.సాధారణంగా ప్రయాణాలు ఇష్టపడని నా పెద్ద చెల్లెలు భర్త సూర్యనారాయణ శాస్త్రి కుటుంబ సమేతంగా ఝాన్సీ వెళ్లారు. మా చంటి మావయ్య, పేరే కాదు. నాకన్నా నాలుగేళ్లు చిన్న వాడు తన కుటుంబంతో ఝాన్సీ చేరాడు. నేను ఆ సమయంలో అక్కడే వున్నా. ఆ పదిరోజులూ ఉత్సవంలా, ఉత్సాహంగా గడిచాయి.

తేహినో దివసాః గతాః

దంతులూరి రామభద్ర రాజు అని నా స్నేహితుడు. వీరి కుటుంబానికీ మాకూ మూడు తరాల స్నేహం. అంటే మాతాత కి వీరితాత, మా తండ్రికి వీరితండ్రి, ఇతడు నాకూ స్నేహ సంబంధం కొనసాగిస్తున్న వారు.

అతడు మొగమాటి, పెద్దగా ఎక్కడకీ తిరగనివాడు, సంపన్నుడు. పైగా నా తోటి ఉద్యోగి. అతడు సోషల్ బి.ఇ.డి., నేను తెలుగు పండితుణ్ణి. మా ఇద్దరి మధ్య మంచి మైత్రి వుంది.

ఎంతో మొగమాటం తో నాకూ ఝాన్సీ రావాలని, ఆగ్రా లాంటివి చూడాలని వుందని కోరాడు. మావయ్య కి చెబితే తప్పకుండా తీసుకురమ్మన్నాడు.

సరే దసరా సెలవలకు వెళ్లాం.

మనం ఎక్కడికేనా తరచు వెడుతున్నామన్నా, స్నేహితులను తీసుకెళ్లగలుగుతున్నామన్నా ఆ యింటి యజమానురాలి ఆదరణ ముఖ్యం. లేకపోతే కష్టం.

అత్తయ్య పూర్తిగా గ్రామీణ వాతావరణంలో పెరిగింది. ఇక్కడ భాష నేర్చింది. భావ ప్రకటన నేర్చింది. నిజం చెప్పాలంటే వంట నేర్చింది. వడ్డన నేర్చింది.

డబుల్కా మీఠా, దాల్, ఆఫ్టీ లాంటి ఉత్తరాది వంటలు నేర్చింది. అతిథి మర్యాదలు నేర్చింది. ఇవన్నీ ఎవరో నేర్పితే వచ్చేవి కావు. సహజంగా తనంతట తానుగా వంట పట్టించుకున్న విద్యలు.

ఆంటీ ఆదరణకు, వంటకు రామభద్ర రాజు ఫిదా ఐపోయాడు.

ఆమె పేరు నాగమణి. ఇంకా పేరుముందు సూర్య, సత్య, వెంకట లాంటివి వున్నాయేమో తెలియదు. ఉత్తరాది పేర్లు ఇలా వుండవు.

వీరింటి పక్కన వుండే ఆమె పేరు శుభాంగిని. ఇంకో ఆమెపేరు సుజాత.

ఈ పేర్ల నడుమ నాగమణి పేరు ఎబ్బెట్టుగా తోచిందేమో, "విభావరి" అని పేరు మార్చాడు మావయ్య. దాన్ని ఇంకా కుదించి విభ అని పిలవడం మొదలుపెట్టాడు.

స్త్రీ తన పుట్టింటి జ్ఞాపకాలు వొక్కొక్కటే చెరిపేసుకుంటూ మెట్టినిల్లు సంప్ర దాయాలు, మర్యాదలు అలవాటు చేసుకొని స్థిరపడిపోతుంది.

ఐతే అత్తింటివారు అందరూ ఆంటీ అని పిలవసాగారు. మా తండ్రి కూడ ఆంటీ అనే పిలిచేవారు. అలా పాతికేళ్ల లోపే ఆంటీ అని పిలిపించుకోడం అలవాటు చేసుకొంది. ఇప్పుడు ఏభయ్యేళ్ల స్త్రీ ని కూడా ఆంటీ అంటే మన పని అయిందన్న మాటే.

అన్ని రోడ్లు రోమ్ వైపే అనే మాట వొకటి వుంది. అలాగ ఈ జ్ఞాపకాలు అన్నీ మావయ్య తో ముడిపడినవే. తన రెండు దశాబ్దాల ఝాన్సీ ఉద్యోగం అతనికి స్థానికమైన పలుకుబడి, స్నేహసంపద కలిగించింది. తన దగ్గర బంధువులకు వొక ఉపాధి సంపాదించగలిగే అవకాశం దొరికింది. చాలా కాలంగా ఝాన్సీ ప్రయాణం చేస్తున్నా నాకు కుటుంబంతో వెళ్లే అవకాశం రాలేదు.

నా అత్తవారిల్లు కూతవేటుదూరం. అనేక పర్యాయాలు ఉదయం పుట్టింటికి వెళ్లి సాయంత్రం స్వంత ఇంటికి వచ్చేయడమే అలవాటు. ఇప్పుడు ఇంతదూరం ప్రయాణం చేయవలసి రావడం, పైగా తండ్రి మూడో తమ్ముడి ఇంటికి వెళ్లడం, స్నేహితురాలి వంటి పిన్నినీ పిల్లలనీ కలుసుకోవడం అనే అంశాలు ఆమెని ఉక్కిరిబిక్కిరి చేస్తున్నాయి.

ఏటా బాబాయ్ కుటుంబం పల్లిపాలెం రావడం, వారికి ప్రేమతో స్వాగతం పలకడం మాత్రమే తెలుసు.

ఈ నాలుగో ఝాన్సీ ప్రయాణం దగ్గరకి వచ్చేసరికి మావయ్యకి పెళ్ళి కావడం, ముగ్గురు బిడ్డల తండ్రి కావడం, నాకు వివాహమై నేనూ బిడ్డల తండ్రి కావడం, ఆ తర్వాత కుటుంబాన్ని నియంత్రించుకోవడంలాంటి పరిణామక్రమాలు జరిగాయి.

నా బావమరిది శ్రీనివాస్ డిప్లమో పూర్తి చేసాడు. తన విద్యాభ్యాసం అంతా మా చెల్లి, బావగార్ల పర్యవేక్షణలో విశాఖలో జరిగింది. కాలేజీ ఇల్లూ తప్ప మరో ప్రపంచం తెలియకుండా చదువు, చదువు గా సాగింది. ఫలితంగా డిప్లమో మంచి మార్కులతో ఉత్తీర్ణత సాధించి, సర్టిఫికెట్ చేతికి వచ్చింది.

ఇంజనీరింగ్ చదివే అవకాశం వచ్చినా ఉద్యోగంలో చేరడానికే శ్రీనివాస్, ఆతడి తండ్రి ప్రాధాన్యత ఇచ్చారు. అలా మా బావమరిది ని తీసుకుని ఝాన్సీ వెళ్లాల్సి వచ్చింది. మనమూ వెడదాం అంది నా ఇల్లాలు.

మావయ్య ఇల్లు పెద్దదే ఎందరు వెళ్లినా ఇబ్బంది లేదు. సరే వెడదాం అన్నా. జీతాల సంగతి నాకు తెలియదు గానీ రైల్వే ఉద్యోగులకు రెండు గొప్ప సదుపాయాలు.

ఎంతదూరం ప్రయాణం చేసినా జీవిత కాలపు వుచిత టికెట్.

రెండోది మంచి వసతి. అంటే బొంబాయిలాంటి చోట్ల కూడా విశాలమైన క్వార్టర్స్. మరే ఇతర ప్రభుత్వ ఉద్యోగులకూ ఈ వెసులుబాటు వుండదు. జీతంలో సగం పోస్తేనేగానీ రెండు గదుల ఇల్లు దొరకదు.

సరే కథ పక్కబాట పడుతోంది. మొత్తానికి నా ఇద్దరు పిల్లలు, నేను. నా భార్య ఆమె తమ్ముడు బయలుదేరాం.

బండి సామర్లకోట వచ్చింది. ఒక్క ఉదుటున నా భార్య రైలెక్కింది. పిల్లలు నేనూ శ్రీనివాస్ ఎక్కి సీట్లలో కూర్చున్నాం. ఒక ఉత్సాహం, ఒక భయం అందరి కళ్ళలో, బామ్మర్ది కళ్లలో బెంగ కూడా.

తరచు ప్రయాణాలు చేసే మెడికల్ రిప్రజెంటేటివ్స్‌లాగా ఒక ఫోజు కొట్టి, దూరప్రయాణం ఎంత జాగ్రత్తగా చేయాలో, ఎలాంటి సదుపాయాలు వున్నాయో లాంటివి, చిన్న పాటి ఉపన్యాసంతో బెదరగొట్టి పేపరు చదవడంలో పడ్డా. ఒకరికొకరు అతుక్కొని కూర్చున్నారు. కాందిశీకుల్లా.

విజయవాడ వచ్చాం. నేను కిందకి దిగా! ప్లీజ్ దిగకండి అంది ఇల్లాలు. కాసేపు ప్లాట్ ఫాం పై అటూ ఇటూ తిరిగి రైలెక్కా.

దేశం అంతా తిరిగాం. నేపాల్ లాంటి వీ చూసాం. విమానాలు ఎక్కింది. ఐనా రైలంటే మాత్రం ఇప్పటికీ కంగారే. పిల్లలు సరే, వారి ఉత్సాహం వారిది.

సహజంగానే పెద్ద బావ అంటే భయం, దానితో కూడిన ఆందోళన, వెళ్లేది కొత్త చోటు. ముప్పిరిగొన్న ముఖంతో బామ్మర్ది.

మొత్తానికి నాగపూర్ చేరాం. ఒక్కసారిగా ఝాన్సీ వచ్చేసామా అన్నారు. “లేదు, ఇంకా రెండు స్టేషన్‌లు దాటాలి” అన్నా.

వీరి ఆందోళన ఎంజాయ్ చేస్తూ రెండు స్టేషన్ లూ దాటాం. మళ్లీ ఇదే ప్రశ్న. అదే సమాధానం.

పిల్లలు కిటికీలోంచి బయటి ప్రపంచాన్ని ఆసక్తిగా గమనిస్తున్నారు.

“ఇంక భోపాల్ వస్తే వచ్చేసినట్టే” అన్నా. భోపాల్ వచ్చింది. నా సమాధానాలు విని బావమరిదికి విసుగొచ్చి వుంటుంది. ఏమీ అనలేదు. భాష రాక మరో కాలక్షేపం లేదు. అక్కని అంటి పెట్టుకుని కూర్చున్నాడు.

నేను అప్పుడు అనుకున్నా కదా! వీడు ఉత్తరాదిని వుండలేడు. మాతో వచ్చేస్తాడు. లేదా మరో పదిరోజులుండి వచ్చేస్తాడు, అని. ఐతే మొన్నటికి 33 సంవత్సరాల సర్వీసు పూర్తి చేసుకున్నాడు.

అలా ఇల్లాలు, పిల్లలు, బావమరది తోటి బయలుదేరి ఉత్సాహంగా వెడుతుంటే రైతు సంఘటన్ అని వొక కార్యక్రమం తలపెట్టారు ఉత్తరాది రైతులు.

రైతులు దేశానికి వెన్నెముకగా అభివర్ణించే రాజకీయ నాయకులు రైతుల సమస్యలు పట్టించుకోరు. హాయిగా పచ్చి పైరులతోనూ, పశువులతోనూ నాగరికతకి దూరంగా బ్రతికే రైతులకు ప్రభుత్వ అనాలోచితమైన నిర్ణయాలకు బలైపోతూ విసిగి, వేసారి తిరుగుబాటు చేస్తారు.

ఇటీవల ఢిల్లీలో జరిగిన రైతు ప్రదర్శన ఈ బాపతుదే.

రైళ్లు ఆపుచేసారు. వందలాది మంది ఎక్కడ ఖాళీగా వుంటే అక్కడ ఆక్రమించి కూర్చున్నారు. చేతిలో జండాలు, చెవులు హోరెత్తే నినాదాలు.

ప్రయాణం అసౌకర్యంగా తయారైంది. పిల్లలు భయపడుతున్నారు. అక్క, తమ్ముడు ఈ గొడవ చూసి కంగారు పడుతున్నారు. ముగ్గురు కూర్చోవలసిన చోట ఐదారుగురు సర్దుకు కూర్చున్నాం. ఇది వొక వెల్లువ. సమూహం మీద చట్టాలు పని చేయవు. పైగా అశాంతిగా వున్నారు.

భాయిసాబ్ మీరు ఎక్కడికి వెడుతున్నారు ? సంగతేమిటీ లాంటి ప్రశ్నలు వేసా. అతను మాటాడింది హిందీ కాదు. అది "అవధ్" గ్రామీణ భాష మాండలికం. బుందేల్ఖండ్ అని మరోభాష ఇవన్నీ హిందీలాగే వున్నా సులువుగా అర్థం కాదు.

మొత్తానికి సేకరించిన సమాచారం మేరకు వారంతా ఢిల్లీ వెడుతున్నారు. బహుశా పార్లమెంటు ముందు ప్రదర్శన కోసం కావచ్చు.

అంటే ఢిల్లీ ఝూన్సీ దాటాకేనా అంది శ్రీమతి విజయ. ఔనన్నా. ఐతే మనం ఝూన్సీలో దిగడం ఎలాగ? దిగలేకపోతేనో లాంటి ప్రశ్నలు గుమ్మరించింది.

బావమరది దైవం మీద భారం వేసి కూర్చున్నాడు. పైకి ధైర్యంగా కనబడుతున్నా, నేనూ ఆలోచనలో పడ్డా.

లలిత్ పూర్ దగ్గరలో వుండగా సామానులు బెర్త్ ల కింద నుండి తీయడం మొదలు పెట్టా. పక్కనే ఉన్న రైతు ఎక్కడ దిగుతా రూఅన్నాడు. ఝూన్సీ అన్నా! ఝూన్సీ అనేపేరు వొత్తిపలుకుతూ "ఝూన్సీ" అన్నాడు. హా అన్నా.

అదేంటండీ వెళ్లకూడదా అలా అన్నాడు అంది ఆమె.

అది ఆ రైతు యాస, బాస అని కాసేపు బుద్ధిగా కూర్చో అన్నా. కూర్చుంది. ఈలోగా ఝూన్సీ వచ్చింది.

రైతులు ఎంతో మర్యాదగా సామానులు దింపారు, చిన్న పిల్లని ముద్దు చేసారు. మొత్తానికి సుఖంగా రైలు దిగాం.

ప్రేమనగర్‌లో అన్నట్టు ఇక్కడ నుండి మన అహంకారాలూ అధికారాలు ప్రారంభం అయ్యాయి. మా కోసం ఎదురు చూస్తున్నారు మావయ్య కుటుంబం, ఇతర అభిజనం.

అందరూ నమస్తే నమస్తే! అంటున్నారు. వీరూ తిరిగి నమస్తే అన్నారు.

నా ఇల్లాలి మౌన వ్రతం మొదలైంది.

మావయ్య ఇంటిపక్కన గల శర్మగారు, మంజుల దంపతులకు ఇద్దరు అబ్బాయిలు. సోనూ, మోనూ వారి పేర్లు. మావయ్య చిన్న కూతురు కిరణ్. వీరంతా ఐదేళ్లలోపు వారు.

నా చిన్న కూతురు కలికి వొక పావుగంటలో కలిసిపోయారు.

సోనూమోనూలు కలికక్కా దీదీ అని ఏదో మాటాడేస్తున్నారు. అదికాదురా మోనూ అని ఇది మాటాడేస్తోంది. లంచ్‌కి పిలిచే దాకా లోపలికి రాలేదు.

సోనూ విదేశంలోనూ, మోనూ స్వదేశంలోనూ ఉద్యోగాలు చేసుకుంటూ వారి పిల్లలకు చదువులు చెప్పించు కొంటున్నట్లు తెలిసింది.

భాషతో పనిలేకుండా పిల్లలు ఇంత వేగంగా కలసి పోయారు. మనం అలాకాదు.

పిల్లలు, ప్రకృతి వంటివారు. సహజమైన ప్రేమ కలిగి వుంటారు.

విమానంలో తిరిగి వచ్చాక జట్‌లాగ్ వస్తుందంటారు కదా. రైలు ప్రయాణం చేసాక వచ్చే అలసటని రైల్ లాగ్ అంటారేమో నాకు తెలియదు.

ఇంచుమించు ఝాన్సీ చుట్టూ నేను చూడవలసినవి అన్నీ అయిపోయాయి. రెండు రోజులు వారు పెట్టినవన్నీ తినడం, విశ్రాంతి తీసుకోవడం పనిగా పెట్టుకున్నా.

ఐతే పిల్లలని తీసుకుని ఇంతదూరం ఈ విశ్రాంతి కోసం రావాలంటారా అనే ప్రశ్న బయలుదేరింది. నిజమే!

ఏదో వొక ప్రదేశంలో మొదలు పెడదాం అని ముందుగా ఓర్చా, మాతాటిల్లా డేం లాంటివి చూసా. పిల్లలు కాకినాడ ఎగ్జిబిషన్ కీ, రాజమండ్రి పెద్ద తాత గారింటికి తప్ప మరో చోటు చూడలేదు.

రాజమండ్రిలో కోటగుమ్మం పేరుతప్ప కోటలేదు.

ఝాన్సీ రాణి కోట, ఓర్ఛా కోట చూసి ఆశ్చర్య పడ్డారు.

ఝాన్సీ రాణి కోటలో మిలటరీ వారి స్థావరం వుంది. రాణీ గుఱ్ఱంతో సహా కోట గోడమీద నుండి దూకడం, ఆమె వాడిన ఫిరంగి, కోటలో లక్ష్మీ బాయి పూజించుకొనే

అమ్మవారు ఇలా పరిచయం చేస్తున్నా.

పెద్దమ్మాయి మధూళిక వొక ప్రశ్న వేసింది. నాన్నా! సింహద్వారం దగ్గర పెద్ద తలుపులు వున్నాయి కానీ ఎక్కడా తలుపులు లేవు, బాత్రూమ్ లాంటి వి లేవు. వీళ్లు ఈ అవసరాలు ఎలా తీర్చుకుంటున్నారూ? అని.

నిజమే కదా! బహుశా తెరలు కట్టి, పరిచారికలను కాపలాకి పెట్టి వుంటారు అన్నా. ఈ సమాధానం చెప్పడానికి పాండవ వనవాసం, లవకుశ సినిమాలు ఉపయోగపడ్డాయి.

అలా మరో రెండు రోజులు గడిచాక ఆగ్రా వెళ్లి తాజ్ మహల్ చూపించి, అక్కడి నుండి మధుర, దయాల్బాగ్ చూసి ఇంటికి వచ్చాం.

పిల్లలకి బాగా నచ్చిన ప్రయాణ సాధనం టాంగా. గుఱ్ఱపు టాంగాలు మనవైపు వుండవు. ఇక్కడ గుఱ్ఱపు బళ్లు వుంటాయి. ఇప్పుడు అక్కడ టాంగాలు లేవు, ఇక్కడ గుఱ్ఱపు బళ్లూ లేవు.

ఈ టాంగాలకోసం మంచినీటి కేంద్రాలూ, పచ్చిక కేంద్రాలూ వున్నాయి. బహుశా స్వచ్ఛంద సంస్థలు, ప్రభుత్వాలూ ఈ ఏర్పాట్లను చేసినట్లు గుర్తు.

రంగు రంగుల కుచ్చుల తోటీ తళుక్కున మెరిసే ముఖ కవచాలతో టాంగాలు సుందరంగా వుంటాయి. ఒక ఫోటో తీసుకోచ్చా అని అడిగా టాంగావాలాని. తీసుకో మన్నాడు. ఎంతో వెదికా ఇప్పుడు ఆ ఫోటోలు లేవు.

మరో రోజు సదర్, షెహర్ బజారులు తిరిగాం. ఢిల్లీ చూపించాలని మావయ్యకీ వుంది, నాకూ వుంది.

రానూ పోనూ రిజర్వేషన్లు చేయించుకొన్నాం.

బయలుదేరే సమయం వచ్చింది. ఫ్రాన్సిస్ జీపు వీధిగేటు దగ్గర పెట్టాడు. తిను బండారాలూ బట్టలు సర్దుకున్నాం.

అప్పుడు నేనో పొరబాటు పనిచేసా!

అది టీ. వీ పెట్టడం.

వార్తలు పూర్తయ్యాయి. అంతిమే ముఖ్య సమాచార ఏక్ బార్ ఫిర్.

అన్నాడు న్యూస్ రీడర్. విన్నా.

సారాంశం ఢిల్లీ సెంట్రల్ స్టేషన్ లో బాంబ్ బ్లాస్ట్. దృశ్యాలు చూపుతున్నారు.

అంతే ప్రయాణం ఆగిపోయింది. పిల్లలు ఇల్లాలు నిరుత్సాహ పడ్డారు. ఎక్కడో అక్కడ ఇలాంటివి జరుగుతాయి. ఫర్వాలేదు వెళ్లండి అన్నారు.

నాకు పిల్లలతో వెళ్లి చిక్కులు పడాలని లేదు. శాకుంతలంలో వొక మాట తలుపుకు వచ్చింది.

"అతిస్నేహః పాప శంకీ"

అలా మా ఇంద్రప్రస్థ దండయాత్ర ఆగి పోయింది.

నీతి: బయలుదేరి వెడుతూ వార్తలూ పంచాంగాలూ చూడకూడదు అని గ్రహించాలి.

❖❖❖

అలా ఢిల్లీ ప్రయాణం ఆగిపోయాక, మరో వారం వుండి మా వెంట వచ్చిన బావమరిది శ్రీనివాస్‌ని ఝాన్సీలో వదిలి పల్లిపాలెం చేరాం. అతడు ఉద్యోగంలో చేరడానికి మరో పదిరోజులు వ్యవధి వుంది.

మావయ్యకిది ఇండియన్ హ్యూమ్ పైప్ కంపెనీలో మంచి పలుకుబడి వుంది.

దాని మేనేజర్ పి. ఆర్. భట్. మావయ్యకి మంచి స్నేహితుడు.

మావయ్య తన అన్నగారి కుమారుడు శ్రీనివాస్‌కి ఉద్యోగం కోరాడు. ఆయన అంగీకరించారు. ఇంటర్వ్యూ నిర్వహించారు. ఇతని వినయం, విషయ పరిజ్ఞానం, అర్హత గమనించిన ఆయన ఉద్యోగం ఇవ్వడమే కాకుండా ఈనాటి స్థానానికి తగిన విధంగా తీర్చిదిద్దారు.

బదరీ బాదరాయణ సంబంధం అనే మాట వొకటి వుంది. దాన్ని ఈ సందర్భానికి అన్వయించా!

మావయ్య గారి ఇంటి పేరు ఓలేటి వారు. ఓలేటి వారి మూలపురుషుడు దేవళ భట్టు. ఈ ఉద్యోగం కల్పించిన వారు. పి. ఆర్. భట్. భట్ గారు మరో భట్ వంశం వాడికే ఇచ్చారు అని చమత్కరించా. నిజమేనోయ్! అనుకున్నారు.

ఉద్యోగం కరారీలో. కరారీ ఝాన్సీకి సమీపంలోని చిన్న గ్రామం. ఐ. హెచ్. పి. సంస్థ దాదాపు ఏభై ఎకరాలలో విస్తరించి వుంది. చుట్టూ పెద్ద ఎత్తైన ప్రహరీ. నాలుగు

పైపులా ద్వారాలూ, వీలైనన్ని చెట్లు పెంచడంతో ఒక సామాజికవనంలో వున్నట్లుంటుంది కంపెనీ.

ఆ కంపెనీ లో పైపులు, రైల్వేకి సంబంధించిన స్లీపర్లు తయారౌతాయి. ఈ కంపెనీ చరిత్ర చాలా గొప్పది. పదిమందికి ఉపాధి కలిగించే ఏ సంస్థని అయినా మనం గౌరవించుకోవలసిందే.

నేను ఈ కంపెనీ గురించి కొంత సమాచారం సేకరించా! ఆ కంపెనీ వ్యవస్థాపకుడు వాల్ చంద్ హీరా చంద్ పరిణామ క్రమం, ఆయన పట్టుదల, అభివృద్ధి స్ఫూర్తి దాయకం.

నీతి: కృషి వుంటే మనుషులు ఋషులౌతారు!

❖❖❖

19వ శతాబ్దం చివరి రోజులు భారతదేశాన్ని పునర్నిర్మించుకోవలసిన రోజులు.

అలా పునర్నిర్మాణం కోసం శ్రమించిన వారిలో వాల్ చంద్ హీరాచంద్ అతి ముఖ్యుడు. 1882 లో జన్మించిన హీరాచంద్ దేశభక్తుడు.

చిరకాలంగా భారతదేశంలో వేళ్లూనుకున్న సంప్రదాయ వ్యాపార పద్ధతులపై దృష్టిసారించి మన వ్యాపార శైలిని ప్రపంచం ముందు గర్వంగా నిలబెట్టాలని తలచిన దేశభక్తుడు.

ఆయన కుటుంబం నైతికంగానూ ఆర్థికంగానూ మద్దతునిచ్చే స్థాయిలో లేదు.

ఆయన జీవితం చిన్న రైల్వే కాంట్రాక్టు తో మొదలైంది.

అతడు విజయం దిశగా అడుగులు వేయడం మొదలయ్యాక టాటా కంపెనీతో జత కట్టడమే కాక పెద్ద ప్రోజక్ట్‌లకు శ్రీకారం చుట్టారు.

తన స్వహస్తాలతో హిందూస్థాన్ కనస్ట్రక్షన్ ప్రారంభించి పవర్ హౌసులూ బ్రిడ్జిలూ నిర్మించారు. ఇక్కడ ఎక్కువ పోటీ వుండడంతో షిప్పింగ్ కంపెనీపై దృష్టి పెట్టారు.

మన ప్రాంతంలో విశాఖపట్నంలో షిప్ యార్డ్ నిర్మించారు. ఆ తరువాత అది హిందూస్థాన్ షిప్ యార్డ్‌గా జాతీయం చేయబడింది.

ఆ తర్వాత హిందూస్థాన్ ఎయిర్ క్రాఫ్ట్ విమాన సంస్థను ఆరు నెలల రికార్డు స్థాయిలో నెలకొల్పాడు. అదీ జాతీయం చేయబడి హిందూస్థాన్ ఏరోనాటిక్స్‌గా మారింది.

మోక్షగుండం విశ్వేశ్వరయ్య ప్రోత్సాహంతో ప్రీమియర్ ఆటోమొబైల్స్ స్థాపించారు.

వాల్ చంద్ వ్యాపార రంగం వ్యవసాయ రంగాల సంబంధం గుర్తించి రేవల్గాన్ పంచదార పరిశ్రమ స్థాపించి అంతర్జాతీయ నాణ్యత గల పంచదార తయారీ మొదలు పెట్టారు.

వాల్చంద్ నగర్ ఇండస్ట్రీస్ లిమిటెడ్‌గా పేరుపొందిన సంస్థ భారీయంత్రాలు తయారు చేస్తోంది.

బ్రిటీష్ వారు భారత్ పై చిన్న చూపు చూడడం సహించలేక, అన్నీ దిగుమతి చేసుకొనే పరిస్థితి నచ్చక బ్రిటిష్ వారి పై వీరి పోరాటం గమనించిన కొందరు నిరుత్సాహ పరచినా ముందడుగు వేసి భారత్ వ్యాపార రంగంలో మిగిలిన దేశాల కన్నా తక్కువది కాదని నిరూపించారు.

ఐతే మరో ముఖ్య మైన సంగతి నాకు నచ్చింది.

రైళ్లు పట్టాల మీదే నడుస్తాయి. ఆ పట్టాల బరువు, రైళ్ల బరువూ మోసేవి, పట్టాల కింద వుండే స్లీపర్లు.

ఈ స్లీపర్లు వాల్ చంద్ రాకముందు కొయ్యవి వుండేవి. వీటికోసం చెట్లు నరకాలి. దానివల్ల పర్యావరణం దెబ్బతింటుంది. ఈ విధానం వారికి నచ్చక సిమెంటు స్లీపర్లు తయారు చేసారు. ఇవి ఎంతోకాలం మన్నికగా వుండేలా రూప కల్పన చేసారు.

అలాగే ప్రజల తాగునీటి అవసరాలు తీరాలంటే సరఫరాకు నాణ్యమైన గొట్టాల ద్వారా సరఫరా చేయాలి. ఆ తూములు తయారీ, స్లీపర్ల తయారీ ఝాన్సీకి 15 కిలోమీటర్ల దూరంలో గల కరారీ యూనిట్‌లో జరుగుతోంది.

దాంట్లో ఒక చిన్న ఉద్యోగంలో చేరాడు నా బావమరది శ్రీనివాస్. ఇదంతా ఎందుకు చెప్పానంటే జాతీయభావాలు కలిగి దేశ అభివృద్ధికి పాటు పడి ప్రత్యక్షంగా, పరోక్షంగా లక్షలాది మందికి ఉపాధి కి కారణమైన వారిని తలుచుకోవడం మనధర్మం.

అలా చిన్న ఉద్యోగం లో కుదురుకున్న శ్రీనివాస్ తనకి కేటాయించిన క్వార్టర్స్‌లో వుంటూ, మధ్యలో ఝాన్సీ తన పినతండ్రి దగ్గరకి వెడుతూ కాలక్షేపం చేస్తున్నాడు.

పి.ఆర్. భట్ గారి కనుసన్నలలో మసలుతూ ప్రతి కీలకమైన అంశాలను అధ్యయనం చేస్తూ వొక్కొక్క మెట్టూ ఎక్కుతూ తన శక్తి సామర్థ్యాలు గుర్తించేలా పని చేయడం మొదలు పెట్టాడు .

వ్యవస్థాపకుడైన వాల్‌చంద్ గారి ఆశయసాధనకు తన వంతు కృషి చేయసాగాడు.

ఇది వరకూ చెప్పినట్లు కంపెనీ సుమారు ఏభై యకరాల విస్తీర్ణంలో వుంది. వారి నిర్మాణానికి ప్రధాన వనరులు సిమెంటు, ఇనుము, ఇసుక. సిమెంట్, ఇనుముల కోసం పెద్ద షెడ్‌లు వున్నాయి. ఇసుక నిల్వలకోసం విశాలమైన మైదానం వుంది.

ఫ్యాక్టరీ ఆవరణ పచ్చదనంతో వుంది. కమలా, బత్తాయి, పనస, వేప, రావి, మర్రి, మామిడి వంటి చెట్లు పచ్చదనాన్నీ, చల్ల దనాన్నీ ఇస్తున్నాయి.

పెద్ద పెద్ద యంత్రాలు వున్నాయి. వాటిలో తూరలు తయారు చేస్తారు. అవి ఎంత పెద్దవి అంటే నాలాంటి మనిషి తల తగలకుండా వొక వైపు నుంచి మరో వైపు కు వెళ్లి పోవచ్చు. తయారైన స్లీపర్లు దేశం నలుమూలల చేరడానికి ప్రత్యేక రైల్వే లైన్లు వున్నాయి.

ఇంతకీ కరారీ అనేది ఐదువేల జనాభా గల చిన్న గ్రామం. అక్కడ ఈ వ్యవస్థ ఏర్పడ్డం వల్ల శ్రమ జీవులకు ఉపాధి దొరికింది. చుట్టూ చేలు అంతా మెట్ట వ్యవసాయం. మినుములు, పెసలు, కొన్ని చోట్ల గోధుమలూ పండిస్తున్నారు.

మన ప్రాంతంలో ముఖ్యంగా గోదావరి పరీవాహక ప్రాంతంలో ఉభయ గోదావరి జిల్లాల్లో రైతులు నాగరికత కలవారు. మన వైపు పనిముట్లు సులువుగా వాడేలాగా, చూడడానికి బాగుండేవి లాగా వుంటాయి.

ఉదాహరణకు మన వైపు నాగళ్లు కొయ్యవి ఉంటాయి, వారివీ కొయ్యవే ఐతే మోటగా వుంటాయి. మేడితోక మనవైపు మొల ఎత్తున వుంటే వారి మేడి ముఖమెత్తు వుంటుంది. బళ్లు కూడా చిన్నవి, వాటి చక్రాలూ చిన్నవే.

కష్ట జీవులు, ఎంతో శ్రమించి పనిచేయడం నేను చూసా.

ఏ యాత్రా నేను తీర్థయాత్రలా చేయను, అక్కడి గుళ్లు, గోపురాలతో బాటు చారిత్రక స్థలాలు, వ్యవసాయ క్షేత్రాలూ విద్యాలయాలు చూస్తా.

అక్కడి జీవన వైవిధ్యం పరిశీలిస్తా. అక్కడ దొరికే రకరకాల రాళ్లు సేకరిస్తా. బేత్వానదిలో గుండ్రటి రాళ్లు దొరుకుతాయి.

నా బ్రీఫ్‌కేస్‌లో రకరకాల రాళ్లతో ఝాన్సీ నుండి అత్తవారింట దిగా. మావయ్య అది లోపలపెడుతూ ఇంత బరువుందేమిటి అన్నాడు. నేను మీ అమ్మాయి కోరిందని రెండు రాళ్లు వెనకేశా అన్నా! తెరచి చూపించా. మావయ్య నవ్వు కున్నాడు.

ఆ ప్రాంతంలో దొరికే వెండి ఆభరణాలు (ఇప్పుడు అంతటా దొరుకుతున్నాయి) కొన్ని ఇల్లాలికి తెచ్చా.

నీతి: మనం డబ్బులు వెనకెయ్యాలి కానీ రాళ్లు కాదు. బహుశా రాళ్లు అంటే వజ్రాలేమో.

❖❖❖

ఒక చిన్న సందర్భం గుర్తొచ్చింది. 45 ఏళ్ల క్రితం 25 ఏళ్ల కుర్రాడిని.

మంచి ఎత్తు, దేహదారుఢ్యం, వయసు తెచ్చిన ఆత్మవిశ్వాసం, ఆహార్యం మీది శ్రద్ధ. ఇప్పుడు ఎత్తు అదేకానీ మిగతావి సన్నగిల్లాయి.

మావయ్య వొక తమాషా చేసాడు. ఝాన్సీ నుండి కరారీ తీసుకెళ్లి, ఐ.హెచ్.పి ఆఫీస్ హెడ్ కి సాబ్ వచ్చారని నన్ను పరిచయం చేసాడు.

నా గెటప్, ఇంట్రడక్షన్ చూసి, ఆయన రైల్వే ఉన్నతాధికారి అనుకుని, వినమ్రంగా ఆసనం చూపించి, స్లీపర్లు నిర్మాణం చేసేటప్పుడు వారు తీసుకుంటున్న శ్రద్ధ, నాణ్యత కు ఇస్తున్న ప్రాధాన్యత లాంటివి సుదీర్ఘంగా వివరిస్తున్నారు. "అచ్ఛా, అచ్ఛా" అంటున్నా. నా పాత్ర లో వొదిగి పోతూ.

తన ఎదురుగా వున్న కప్‌బోర్డులోంచి రెండు ఇత్తడితో చేసిన నమూనాలు చూపుతూ ఇన్ని అంగుళాల ఎత్తు, ఈ మందమైన ఊచలు, ఈ రకమైన సిమెంటు వాడుతున్నారు లాంటివి చెబుతున్నారు.

అలా చెప్పడం అయ్యాక, ఇతడు నా భాంజా. శ్రీనివాస్ని కలుసుకోడానికి వచ్చాడు, శ్రీనివాస్ పెద్దక్క భర్త అని పరిచయం చేసాడు. ఆయన ఊపిరి పీల్చుకున్నారు. నేను బింకం సడలించుకున్నా.

బావమరిది తన విధులు ముగించుకుని మా దగ్గరకి వచ్చేలోగా భట్‌గారు నాకు ఫ్యాక్టరీ నాలుగు వేపులా చూపించారు.

ఇంత పెద్ద సామ్రాజ్యంలో శ్రీనివాస్ తన జీవన ప్రస్థానం ప్రారంభించాడు. నేను పల్లిపాలెం వెళ్లి మరో నాలుగేళ్ల దాకా ఝాన్సీ వేపు చూడలేదు.

బావమరిది మాతో ఝాన్సీ దాకా వచ్చాడు. నేను బయలుదేరుతుంటే కళ్లలో కొంచెం బెంగ కదలాడింది. దాంతో బాటు ఆత్మ విశ్వాసం కూడా తొణికిసలాడింది.

మా మామగారు, పెద్ద మేనమామ ఐన రామశాస్త్రి గారికి ఐదుగురు అమ్మాయిల తర్వాత పుట్టినవాడు శ్రీనివాస్. ఇంచుమించు బయటి ప్రపంచం తెలియని వాడూ, చదువు తప్ప మరే ధ్యాస లేని వాడూ అయిన శ్రీనివాస్ ఆ సంస్థలో ఉన్నత స్థాయికి ఎదగడమే కాక నిర్ణాయక శక్తిగా రూపాంతరం చెందిన విధంబెట్టిదో ఇప్పుడు తెలుసుకుందాం.

ప్రధాన్ గారి ప్రసక్తి వచ్చింది కదా! ఆయన అసలు పేరు మహేంద్ర సింహ్ గుర్జర్. గుర్జర్‌లు అంటే మన వైపు క్షత్రియుల వంటివారు. ఆయన మంచి పౌరుషం, దాంతో బాటు స్నేహశీలత కలవాడు.

వినయం రాజపుత్రేభ్యః అనే మాట కి ప్రతిరూపంలా వుంటాడు వినయం వుట్టి పడుతూ.

ఆయన వొక రోజు ఏదో పనిబడి శ్రీనివాస్ దగ్గరకి వచ్చాడు. అప్పుడు నన్ను పరిచయం చేసాడు. ఆయన దగ్గర దగ్గర 80 ఏళ్ల వయసు వాడు.

ఆయన వంగి నా పాదాలకు నమస్కారం చేయసాగాడు. నేను వారించా! మీరు పెద్ద వారు అలా నమస్కరించకూడదు అని పాదాలు వెనక్కి లాక్కున్నా. ఆయన కి కోపం వచ్చింది. తమాయించుకుని

"అయ్యా! మీరు బ్రాహ్మణులు, మేం క్షత్రియులం. మేం మీకు నమస్కరించాలి. మీరు ఆశీర్వదించాలి" అన్నాడు.

నాకీ నమస్కారాలు స్వీకరించడం ఇబ్బందిగా అనిపించింది.

ఆయన ఇంకో మాట కూడా అన్నాడు! మన భారతీయ సంస్కృతీ, సంప్రదాయాలను గౌరవించాలి, స్వీకరించాలి. తిరస్కరించ కూడదు అని.

ఈ సంస్కృతీ, సంప్రదాయాల పరిమళం ఉత్తరాదిని గాఢంగా మనసుకు తాకుతుంది.

ఇదంతా అయ్యాక కాసేపు పిల్లలు ఎంత మంది, వారికి చదువులూ పెళ్లిళ్ల లాంటివి అయ్యాయా అని ప్రశ్నించారు. సమాధానాలు చెప్పా. ఆయన తన పని చూసుకుని వెళ్లి పోయాడు.

గుర్జర్ అనే పేరు అక్కడక్కడా కార్లు, లారీలు లాంటి వాటిమీద చూసా! ఏమిటా అనుకున్నా. సంశయం తీరింది.

మన వేపు చౌదరి, రెడ్డి, రాజు అనే సామాజిక వర్గాల పేర్లు ఎలా రాసుకుంటారో అలాగే ఇదీ అని అవగతమైంది.

ఆయన నిలదొక్కుకుని ఆర్థికంగా స్థిరంగా వున్నప్పుడు, బిడ్డలు దూరం పెట్టారు. దాంతో కొంత దిగులు పడ్డాడు.

ఆయనని మళ్లీ ఆదుకుని ఒక దారిలో పెట్టాడు శ్రీనివాస్.

ఇదంతా గతం. వర్తమానానికి వస్తే...

మేం మళ్ళీ ఝాన్సీ వెళ్లాం.

ఆ పెద్దరాజు గారిని గౌరవించదలచి పల్లిపాలెం నుండి వొక మంచి పట్టు శాలువా పట్టికెళ్లా. అది ఆయన కి కప్పి గౌరవించి, సంస్కృతీ, సంప్రదాయాల పట్ల ఆయనకు గల నిబద్ధతకు రెండు ప్రశంసా వాక్యాలు పలకాలనుకున్నా!

ఐతే ఆ 85 ఏళ్ల గుర్జర్ మహేంద్ర సింహ తను సర్పంచి గా పనిచేసిన కరారీ గ్రామాన్ని, తన వ్యాపార కేంద్రమైన ఐ. హెచ్. పి.ని వదలి శాశ్వతంగా వెళ్లి పోయారు.

ఆ సంగతి తెలిసి శ్రీనివాస్ దుఃఖం కట్టలు తెంచుకుంది. విశ్వనాథ కథ "ఏమి సంబంధము" గుర్తుకు వచ్చింది.

మహేంద్ర సింహ మహరాజ్‌కి నివాళులు.

నీతి: ఏదైనా వొక సత్కారం చేయదలిస్తే! వెంటనే చేసేయాలి.

❖❖❖

శ్రీనివాస్ ఉద్యోగంలో చేరేసరికి అక్కడ ముగ్గురు భట్‌లు ఉన్నారు. P. R. భట్ ప్రోజక్ట్ మానేజర్, D. S. భట్ మానేజర్, K. M. భట్ ఇంజనీర్. ఈ ముగ్గురూ ఐ. హెచ్. పి. కి కీలకమైన వ్యక్తులు.

ప్రోజక్ట్ మేనేజర్ శ్రీనివాస్ భవిష్యత్తులో తన స్థానానికి చేరుకోగలడు అనే నమ్మకంతో కీలకమైన బాధ్యతలు అప్పగించడమే కాక వాటిని ఎలా నిర్వహించాలో కూడా తర్ఫీదు ఇచ్చారు.

ఒక ప్రైవేట్ సంస్థలో కీలక పదవి దక్కాలంటే ఎప్పటికప్పుడు తన శక్తి సామర్థ్యాలు నిరూపించుకోవాలి, అంకిత భావంతో పనిచేయాలి. ఇవన్నీ చేసి, ఏ భట్ గారు ఇతడిని తన సీటులో కూర్చోబెట్టాలని ఆశించాడో ఆ సీటులో ఈరోజు ప్రోజక్ట్ మేనేజర్‌గా

కూర్చున్నాడు.

శ్రీనివాస్ సరళ స్వభావి, కార్మికుల కష్ట సుఖాలు ఎరిగిన వాడు. తన దిగువ ఉద్యోగులపట్ల మైత్రి, ప్రేమ ప్రకటిస్తూ అటు కంపెనీని లాభాల బాటలో నడిపిస్తూ... వివాద రహితుడుగా పేరుపొందాడు.

నేనెరిగిన ఒక సంగతి చెబుతా.

వీరి కంపెనీకి కావలసిన ప్రధాన వనరు ఇసుక. దానికి టెండర్లు పిలుస్తారు. అలా ఒక క్షత్రియ సామాజిక వర్గానికి చెందిన "ప్రధాన్" అనే ఆయన ఆ పని దక్కించుకున్నాడు.

ఆయన కరారీ గ్రామ సర్పంచి గా కూడా చేసిన వాడు.

భారతీయ సంస్కృతి, హైందవ ధర్మం త్రికరణశుద్ధిగా నమ్మేవాడు. పెద్ద వయసువాడు దాంతో శ్రీనివాస్ ఆయన్ని సోదర భావంతో గౌరవించేవాడు.

ప్రతి మగాడి విజయం వెనుక ఒక స్త్రీ వుంటుందంటారు. అలా శ్రీనివాస్ విజయం వెనుక అతని భార్య వుంది. శ్రీనివాసు కళ్యాణం 95 లో జరిగింది.

ఇంజనీర్ స్థాయిలో వుండగా మా మావయ్య తన కొడుక్కి పెళ్లి చేయదలచాడు. సంబంధాలూ వస్తున్నాయి. మావయ్య సింహభాగం ఇంజరంలోనే గడిపాడు. ఇంజరం మా వూరికి రెండు మైళ్ల దూరం.

ఇంజరంలో మహేంద్రవాడ వారి కుటుంబం వుంది. వారంతా సంగీత విద్వాంసులు. ఆ మహేంద్రవాడ వారి కుటుంబంలో కామేశ్వరరావు అని వాయులీన విద్వాంసుడు. తన వయోలిన్ తో దేశవిదేశాలలో కచేరీలు చేసినవాడు. స్థానికంగా అనేకులు శిష్యులు వున్నారు వారికి.

కామేశ్వరరావు కుటుంబం పెద్దది. ఐదుగురు మగ సంతానం ఇద్దరు అమ్మాయిలు. చివరి సంతానం ప్రస్తుతం శుభ గా పిలవబడుతున్న సుబ్బలక్ష్మి.

ఈ అమ్మాయి వొద్దికగా వుండడమే కాక నదరుగానూ వుంటుంది. మావయ్య దృష్టికి ఈ సంబంధంరాగానే నా సలహా కూడా అడిగాడు. మా తండ్రిగారూ సంతోషించారు.

సుబ్బలక్ష్మి నేను ఉద్యోగం చేస్తున్న కోలంక హైస్కూల్ లో పదోతరగతి దాకా చదువుకుంది. ఇంటర్మీడియట్ యానాంలో. డిగ్రీ కూడా చదువు తుండగా శ్రీనివాస్‌తో

పెళ్లి నిశ్చయం కావడం అనంతరం పెళ్లి కావడం జరిగి ఒక పెద్ద కుటుంబం నుండి మరో పెద్ద కుటుంబంలోకి అడుగు పెట్టింది. ఆరుగురు ఆడబడుచులతోనూ అత్త మామలతోనూ సమతుల్యత పాటిస్తూ భర్త కుటుంబానికి గౌరవం తెచ్చి, ఈ ఉత్తర ప్రదేశ్ ఝాన్సీలో అడుగు పెట్టింది.

ఈమె కాపరానికి వచ్చిన కొత్తలో కాకినాడలో మావయ్య దగ్గరకి వెళ్ళా!

అలవాటుగా పల్లిపాలెం నుండి "తెలుగు మేస్టారు వచ్చారు" అంది.

అలా అనకూడదు. అన్నగారు అని పిలవాలని మావయ్య చెప్పాడు. అది మొదలు నేటి వరకూ అన్నయ్యగారూ అని పిలవడమే కాక స్వంత అన్నగారుగా సంభావిస్తుంది.

వారికి వొక బిడ్డ కలిగాడు. పేరు సౌరభ్. ఇంజనీరింగ్ పూర్తిచేసి హైదరాబాద్‌లో ఉద్యోగిస్తున్నాడు.

శాకుంతలంలో వొక శ్లోకం లో దాక్షిణ్యం స్వజనే దయా పరిజనే... అంటూ అత్తారింట ఎలా మసలుకోవాలో చెబుతాడు కాళిదాసు.

బంధువర్గాన్ని ఎలాగూ ప్రేమగా చూడాలి. సేవక జనం పట్ల దయకలిగి వుండాలి. ఈ రెండూ పుష్కలంగా వున్న స్త్రీ శుభ.

అమాన్ అని వొకడు, సుఖవీర్ అనే డ్రైవర్, బల్వాన్ పరిహార్ అని మరొకరు ఈ ముగ్గురూ విధేయతతో, వినయంతో పని చేస్తారు. యజమానురాలు స్నేహ పూర్వకంగా మసలుకోకపోతే ఇలా సేవలు అందించేవారు దొరకరు.

అత్తగారి పట్ల అనురాగం, వృద్ధురాలైన ఆమెపట్ల ప్రేమ, సేవా గుణం కలిగి కుటుంబం తాలూకు వత్తిడి ఏమాత్రం భర్తకు లేకుండా చేయడం అనే ఉత్తమ లక్షణాలుగల భార్య వల్ల శ్రీనివాస్ ఒక్కొక్క మెట్టు పైకెక్కి ఈరోజు అసిస్టెంట్ జనరల్ మేనేజర్‌గా కరారీ ఐ. హెచ్. పికి సర్వాధికారిగా మారాడు.

❖❖❖

5

వేలుంది కదా! అని గారెలు వండినట్లు, కరారీ నుండి కారు ఖాళీగా వెడుతోంది కదా అని బయలుదేరాను. శ్రీనివాస్ ఝూన్సీ రాగానే తనకు పనివున్న చోట దిగిపోయాడు. సాయంత్రం 5 దాకా నీ ఇష్టం అని చెప్పి మరీ వెళ్లాడు.

సుఖవీర్ కోటకి తీసుకు వెళ్లనా సర్ అన్నాడు. పదే పదే అదే కోట ఏం చూడను. గత నాలుగు దశాబ్దాలుగా చూస్తూనే వున్నా. పైగా అక్కడ మిలటరీ స్థావరం. మెట్లు, ఏటవాలు మార్గాలు ఎక్కే వోపిక, సరదా లేవు.

సంతత దర్శనాత్ అనాదరం వొకటి. గత పదేళ్లలో అభివృద్ధి చెందిన ఝూన్సీ చూస్తానన్నా.

ఐతే మనం సర్క్యూట్ రోడ్డులోకి వెళ్లాలి అని ఎడమవైపు మళ్లించాడు. ఆ రోడ్డులో కొంత దూరం వెళ్లాక మన ప్రియతమ ప్రధాని, కవి అటల్ బిహారీ వాజ్‌పేయి స్మృతి చిహ్నంగా నిర్మింపబడిన గ్రంథాలయం వుంది.

అది దర్శించడానికి టికెట్ వుంది. మా డ్రైవర్ కౌంటర్‌లో ఏదో మాటాడుతున్నాడు. అది పార్కింగ్ ఫీజు. నేను టికెట్ తీసుకుందాం. ఎవరి పలుకు బడీ వాడద్దని కౌంటర్‌లో టికెట్ తీసుకున్నా. కారుకి, ప్రవేశానికి 30 రూపాయలు అయింది.

విశాలమైన ఉద్యానవనం, పరిశుభ్రంగా వున్న పరిసరాలు.

వాజ్‌పేయి విగ్రహం ముందు కూర్చుని వొకటి రెండు పోటోలు తీసుకున్నా!

చిన్న చినుకు కాస్తా వానగా మారేలా వుంది. వేగంగా గ్రంథాలయంలోకి అడుగు పెట్టా.

ఒక పెద్ద హాలు బయట వరుసగా పుస్తకాల బేగ్ లు వున్నాయి. దాదాపు ఏభై దాకా వుంటాయి.

అవి కాలేజీ విద్యార్థులవి. వారంతా రకరకాల పోటీ పరీక్షలకు వెళ్లే వారు. చాలా మౌనంగా లాప్‌టాప్‌లలో వారికి కావాల్సిన అంశాలు ఎక్కించుకుంటున్నారు.

పక్కనే మరో పెద్ద భవనం వుంది. దానిలో అనేక గ్రంథాలు పద్ధతిగా సర్ది వున్నాయి. లైబ్రేరియన్ ని చూడచ్చా అని అడిగా. ఫోటోలు తీయచ్చా అనీ అడిగా. చిరునవ్వుతో సమ్మతించాడు.

స్మారక చిహ్నాలు అంటే ఇలా వుండాలి. అన్ని బీరువాలూ పరకాయించా. అంతా హిందీ సాహిత్యం, సంస్కృత సాహిత్యం,ఆంగ్లమూను.

భారతీయ సంస్కృతి, వారసత్వం, హిందూధర్మం ప్రధానాంశాలుగా పుస్తక సంచయం వుంది.

మీకు నచ్చిన పుస్తకం తీసుకుని నమోదు చేయించుకొని చదువుకోండి అన్నాడు. చిన్న నవ్వు నవ్వి అంత సమయం లేదని చెప్పా.

ఏ ప్రాంతం అన్నాడు నా హిందీ ప్రావీణ్యం కనిపెట్టి. చెప్పా! హైదరాబాద్ అన్నాడు. కాదు. ఆంధ్రా అన్నా.

నిజం చెప్పాలంటే సిగ్గేసింది. రాజధాని లేని రాష్ట్రం వో రాష్ట్రమేనా అంటాడేమోనని.

ఏడు కొండలవాడు కాపాడాడు. తిరుపతి వున్న రాష్ట్రం అంటే కొంత అర్థం అయింది.

నీతి: మనకి రాజధాని బయట చెప్పుకోడానికేనా వుండాలి.

❖❖❖

అలా అటల్‌జీని దర్శించుకుని, ఆయన అప్పుడప్పుడు పార్లమెంటులో సందర్భానుసారం వినిపించిన స్వీయకవిత్వం తలుచుకుని కాసేపు విశ్రమించా. మబ్బు పట్టిన ఆకాశం తెరిపిచ్చింది. చల్లదనం మనసుకు ఆహ్లాదంగా వుంది.

గీత్ నయా గాతాహు
టూటే హువే తారోంసే ఫూటే

బాసంతీ స్వర్ పత్థర్ కీ ఛాతీసే ఉగ్ ఆయా నవ్ అంకుర్
ఝడీ సబ్ పీలే పాత్
కోయల్ కీ కుహూ రాత్!
ప్రాచీమే అరుణిమ్ కీ రేఖ్ దేఖ్
పాతాహూ. గీత్ నయా గాతాహు
టూటే హువే స్వప్నోంకీ
కౌన్ సునే.
సిస్ కీ
అంతర్ కీ చీర్ వ్యధా పల్కోం పర్
ఠిఠీకీ
హర్ నహీ మానూంగా
రార్ నహీ ఠానూంగా
కాల్ కే కపాల్ పే లిఖ్ తా మీటా తాహూ
గీత్ నయా గాతాహు.

ఇది వాజ్ పేయీ మూలం.

దీనికి యథామతి అనువాదం

కొత్త రాగం తీస్తాను
తెగిన తీగల మీద సుస్వరం
రాళ్ల గుండెల్లోంచి పుట్టిన
కొత్త అంకురం.
అన్ని పండుటాకులు రాలేనా
కోయలకూసే రాత్రి పూట
తూర్పున అరుణిమను చూస్తాను
కొత్త రాగం తీస్తాను.
చెదిరిన కలల శబ్దాన్ని....
ఎవరు వింటారు?
కానీ... గుండెల్లో బాధ
కనురెప్పలమీద కదులుతూ వుంటుంది.
నేను ఓటమిని అంగీకరించను

ఏ గొడవా పెట్టను
సమయం కపాలం మీద రాస్తూ,
చెరిపేస్తూ వుంటాను.
కొత్త రాగం తీస్తాను.

గీత్ నయా గీతాహూ. ఈ వాజ్‌పేయి పద్యం నా చేతుల్లో పడి ఇలా మారింది.

ఇంకా రెండు గంటల సమయం వుంది. ఈ గ్రంథాలయానికి కూతవేటు దూరంలో వస్తుప్రదర్శన శాల వుంది.

అది బాగుంటుంది చూడండి అన్నాడు సుఖవీర్. నాకు ఈ నాలుగు రోజులలో తెగ నచ్చాడు. అపరిమిత మితభాషి, స్మిత పూర్వాభిభాషి లాంటి బిరుదులు ఇచ్చాను.

పెద్ద పెద్ద సంస్థలలో ఉద్యోగించే డ్రైవర్లు మితంగానే జోక్యం చేసుకోవడం, మితంగానే మాటాడడం అభ్యాసం చేస్తారనుకుంటా!

ఆ రకమైన తర్ఫీదు, లేదా స్వభావం కల సుఖవీర్ తో సుఖంగానే గడిచాయి ఆ పదిరోజులు.

సరే మ్యూజియంలోకి అడుగు పెట్టా. భవనం మీద రాజకీయ సంగ్రహాలయ అనే అక్షరాలు కనబడ్డాయి..

అన్ని చోటుల్లాగే ఇక్కడా కత్తులు, కారులు, బల్లేలూ, డాళ్లూ ఉన్నాయి. ఇది చాలా పురాతనమైన కాలం కాదు కనుక రకరకాల తుపాకులు, ఫిరంగులు మొదలైన ఆధునిక మారణాయుధాలు కుడా వున్నాయి.

ఆత్మరక్షణకి ఇంత బరువైన సామగ్రి ధరించేవారంటే ఆశ్చర్యం కలిగింది.

వీటి సంగతి వదిలేస్తే చేతివృత్తి కళాకారులు చేసిన వస్తువులు ఎంతో ముచ్చట గొలిపాయి. మట్టితో చేసిన టెర్రకోట బొమ్మలు, రాతితో చేసిన శిల్పాలు, మేదరులు చేసిన వెదురు సాధనాలు, కుమ్మరుల మట్టికుండల నయగారం, ఇలా వొకటేమిటి అన్ని రంగాల్లో నైపుణ్యం, అంకితభావం కనబడ్డాయి. కాలిన కడుపుతో ఏ కళాకారులూ తమ నైపుణ్యాన్ని ప్రదర్శించలేదు. ఆ కాలంలో సమాదరణ, దినభత్యం లోటు లేని రోజులుగా నాకు తోచింది.

గ్రంథాలయంలో లాగా ఇక్కడ వుద్యోగులు బాధ్యతగా లేరు. భవనాలు కొత్తవి, అందమైనవే. నిర్వహణాలోపం కొట్టొచ్చినట్లు కనిపించింది.

నిరంతరం పగిలిపోయిన పాత్రలు విరిగిపోయిన ఆయుధాలు చూసి చూసి విసుగుచెంది వుంటారు.

ఇది వరకూ చాలా సార్లు ఉత్తరాది వెళ్లినా, ఉజ్జయిని వెళ్లలేదు. అది చిరకాలంగా తీరని కోరిక లా వుండిపోయింది.

నాకు పుణ్య క్షేత్రాలంటే ప్రత్యేకమైన ప్రేమ లేదు. అలా అని నాస్తికుడినీ కాదు. నాకు మా ఊళ్లో శివాలయం కాశీ విశ్వేశ్వరాలయం. విష్ణ్వాలయం తిరుపతి వెంకన్న గుడి. అక్కడ జరిగే కళ్యాణాలు నాకు బ్రహ్మోత్సవాలు.

నా ఇల్లాలు పుణ్య క్షేత్ర దర్శనాలంటే ఆసక్తి చూపుతుంది. ఆమె కోరిక తీర్చడం నా ధర్మం. నాతిచరామి.

ఐదేళ్ల క్రితం షిర్డీ వెళ్లాం.

అక్కడ విపరీతమైన రద్దీ. ఆ వాతావరణం నాకు నచ్చలేదు. నువ్వు దర్శనం చేసిరా! నేనిక్కడే వుంటా, అని అక్కడ గల నింబవృక్షం కింద కూర్చున్నా. దాదాపు మూడు గంటల తర్వాత ఆమె దర్శనం చేసి వచ్చింది.

"సదానింబవృక్షస్య మూలాధివాసం" అనే బాబా స్తోత్రం చెప్పి నా యిల్లాలిని అనునయించా!

ఎక్కడికక్కడ భక్తుల రద్దీ, ఆలయాల్లో క్రమశిక్షణ లేకుండా భిన్న ప్రాంతాలనించి వచ్చే భక్తులు, వయసు మీరిన వారూ, పసిపిల్లల తల్లులూ రక రకాల దుకాణాలు వెరసి గందరగోళంగా వుంటుంది. ధ్యానం దైవంమీదా చిత్తం చెప్పులమీదా వుంటే ప్రయోజనం ఏముంటుంది?

ఈ ఉజ్జయినీ ప్రయాణం ఆమెకంటే నాకే ఉత్సాహంగా వుంది. కవికుల గురువు కాళిదాసు శ్యామలా దండకం ఆలపించిన చోటు,

భర్తృహరి శుభాషితాలు పలికిన చోటు, జగద్గురువు శంకరులు ఉపదేశం పొందిన చోటు, విక్రమార్కుడి సింహాసనం వున్న చోటు, సాందీపుడు కృష్ణ, కుచేలులకు విద్య గరపిన చోటు. ఇంతకన్నా గొప్ప క్షేత్రం ఎక్కడుంటుంది? కవిత్వాన్ని ప్రేమించే వాడికి.

ఈ పై ఆసక్తుల వల్ల ఉజ్జయినీ ప్రయాణానికి సంసిద్ధత ప్రకటించా.

ప్రయాణం సౌకర్యవంతంగా సురక్షితంగా వుండాలని చెప్పా. శ్రీనివాస్ తన కొత్త

ఇన్నోవాలో వెళ్లండి, సుఖవీర్ జాగ్రత్తగా తీసుకువెడతాడు. ఉజ్జయినీలో ఓయో ద్వారా అశోకా హోటల్‌లో రూమ్స్ బుక్ చేసా, దాదాపు 500 కి.మీ ప్రయాణం నాకు పనుల వత్తిడి ఉంది రాలేను. నీ చెల్లెలు (అతడి భార్య శుభ) మీ వెంట వస్తుంది. చూసి రండి. అన్నాడు.

కారు కొత్తది డ్రైవర్ పాతవాడు, ప్రయాణానికి ఇంతకన్నా సదుపాయం ఎవరు చేయగలరు.

ఉదయం 7 గంటలకి ఝాన్సీ వదిలి పెట్టాం, బండిలో సమస్త సదుపాయాలు అమర్చింది చెల్లెలు శుభ.

మెత్తని రోడ్లమీద సాగిపోతోంది వాహనం. దారిలో ఆవుల మందలు అడ్డు తగులుతున్నాయి. ప్రతి పది కిలోమీటర్ల దూరంలో మొక్కజొన్న కాల్చి అమ్మే దుకాణాలు. చిన్న పాటి పందిరి వేసి, దానికింద బొగ్గుల కుంపటి లాంటిది అమర్చి తాజామొక్కజొన్నలు పసందుగా కాల్చి మసాలా, నిమ్మరసం రాసి నోరూరేలా అమ్ముతున్నారు.

ఒకటీ 20 రూపాయలు. ఆ రుచిని మధ్య మధ్యలో ఆస్వాదిస్తూ ఉజ్జయిని వేపుగా వెడుతున్నాం.

నీతి: చిన్న దుకాణాలలో బేరాలాడకుండా కొనాలి.

❖❖❖

రాత్రికి ఉజ్జయిని చేరాం. అక్కడ అశోకా హోటల్‌లో గదులు ఆక్రమించి స్నానాదికాలు ముగించి దైవ దర్శనానికి బయలుదేరాం.

రెండు రోజుల వ్యవధిలో వీలైనన్ని చూడగలిగితే కొంత కిట్టినట్లుంటుంది. అలసట తీర్చుకోడం కోసం లాడ్జిలో వుండడానికి ఇంత దూరం రానక్కరలేదు.

చెల్లెలు శుభ అక్కగారి అబ్బాయి మా వెంట వున్నాడు. పేరు సాయి. సాయి చురుకైనవాడు. ఆస్తిక్య బుద్ధి కలవాడు. దర్శనం పట్ల ఎంత శ్రద్ధ చూపుతాడో! సమయానుకూలంగా భోజనాలకు కూడా అంతే శ్రద్ధ చూపుతాడు.

చిన్న చిన్న దేవతామూర్తులున్న చోట్లు కూడా విడిచిపెట్టడు. ఆతని వ్యవహార శైలి నాకు నచ్చింది.

మమలేశ్వరం దర్శనానికి పెద్ద క్యూ వుంది. దాన్ని అనుసరించి వెళ్లాలంటే కనీసం రెండు కిలోమీటర్ల ప్రయాణం 3 గంటల సమయం పడుతుంది. ఎలాగ? ఆలోచనలో పడ్డా!

క్యూ చివర పెద్ద పోలీసు బందోబస్తు వుంది. ఇంతదూరం నేను రాలేనేమో అనుకున్నా. శ్రీనివాస్ భార్య శుభ కొంచెం చొరవకలది. శాంతంగానూ సున్నితంగానూ వ్యవహారం చక్కబెట్ట గల నైపుణ్యం కలది.

ఆ పోలీసుల దగ్గరకి వెళ్ళి, వీరిద్దరూ మా అన్నా వదినలు, వయసులో పెద్ద వాళ్ళు, చాలా దూరం నుంచి వచ్చారు. మేం వరుసలో నిలబడి వెడతాం, వీరిద్దరూ సులువుగా వెళ్లే దారిలో పంపగలరా! అంది.

కాసేపు మా ఇద్దరి కేసి ఎగాదిగా చూసి... అసలు జనంలేని పక్క వరుసగుండా పంపారు.

సంతోషంగా ముందుకు సాగాం. ఐతే కొంతదూరం వెళ్లాక అక్కడ ఒక లేడీ కానిస్టేబుల్, యస్. ఐ స్థాయిలో మరొకరూ వున్నారు.

కానిస్టేబుల్ అడ్డగించింది. యస్. ఐ. పెద్దవారు కదా! పోనియ్ అంది.

అమ్మయ్య అనుకుని, అడుగులు ముందుకు వేసాం.

అంతే! పెద్ద శబ్దం అయింది. నా భార్య విజయలక్ష్మి హడలిపోయింది. నాకూ గుండె ఝల్లుమంది. అన్నివైపులనుండీ జనం లోపలికి పరుగెడుతున్నారు. మేం ఆలోచన లోవుండగానే ఎవరో ముందుకు తోసారు.

అలా అందరికన్నా ముందుగా సాక్షాత్తు శివుడికి ఎదురుగా కుదురుకున్నాం.

రామడోలు అంటారు మా వైపు, కొందరు భీమడోలు అనీ అంటారు అటువంటి డోలు క్రమబద్ధంగా పెద్ద శబ్దంతో మోగుతోంది. గంటలు మోగుతున్నాయి, మంత్రోచ్చారణ జరుగుతోంది. ఒక పద్ధతిగా హారతి ఇస్తున్నారు. స్వామి అలంకారం తో మెరిసిపోతున్నాడు. హరహర మహాదేవ్ అనే భక్తుల స్వరాలు ఆకాశాన్ని అంటుతున్నాయి. బందోబస్తు కోసం వచ్చిన పోలీసులు కూడా తన్మయస్థితి లోకి వెళ్ళి పోయారు. ఎవరికీ మరోధ్యాస లేదు. ఇదంతా ఒక పద్ధతి లా ఒక పధకంలా జరిగి పోతోంది.

మనసు ఆర్ద్రంగా మారిపోయింది. ఒక్క సారిగా అన్నీ ఆగిపోయాయి. అర్చక

స్వామి హారతి తీసుకుని మా ముందుకు వచ్చారు. కళ్లకద్దుకుని నా శ్రీమతి చేతికొచ్చిన మొత్తం వేసింది. నేను మమ అనుకున్నా.

ఈ పర్యటన వొక అలౌకికానందానుభూతిని ఇచ్చింది. విజయలక్ష్మి సంగతి చెప్పక్కర్లేదు.

శుభ, ఆమె అక్కగారి అబ్బాయి మా వెనక వచ్చారు.

రెండు చేతులతో ఆమె వెన్ను తట్టి నా సంతోషం ప్రకటించా. అన్నగారి అభినందనలకు ఆమె సంతోషపడింది.

మధ్య మధ్య ఇలాంటి చోట్లకి వెళ్లి మనల్ని మనం శుభ్రపరచుకోవాలి.

నీతి : వయసుకు తగినట్లు వుంటే సమాజమూ గౌరవిస్తుంది. సదుపాయాలు దొరుకుతాయి.

❖❖❖

బయలుదేరి ఉజ్జయిని ప్రాంతాల్లో అడుగు పెట్టగానే దారి పొడవునా నీళ్ల కావిడి మోసుకుంటూ అనేకులు ఎదురైయ్యారు. వారంతా కాషాయ వర్ణపు వస్త్రాలు ధరించి వున్నారు. హరహర మహాదేవ్ అంటూ గట్టిగా శివుణ్ణి స్మరిస్తున్నారు.

వారి ఆహార్యం, దీక్షా చూసి ముచ్చటేసింది. దారిపొడవునా ఆలమందలూ, వీరూ ప్రయాణానికి చిన్న పాటి అంతరాయం కలిగినా ఇబ్బంది కలగలేదు.

ఒకానొక ఆధ్యాత్మిక వాతావరణం నెలకొంది. సరే!

ఉదయం కాలభైరవాలయం చూసాం. దీనికో ప్రత్యేకత వుంది. ఇక్కడ మద్యం నివేదనం చేసి ప్రసాదంగా ఇస్తారు. అలవాటున్నవారికి మహా ప్రసాదం.

దీనికోసం గుడి సమీపంలో రాయల్ స్టాగ్ వారు ఔట్లెట్ కూడా తెరిచారు. చాలా మంది ఫుల్ బాటిల్స్ తీసుకుని నివేదనం చేయించి, శేష మద్యాన్ని మిత్రులతో స్వీకరించి పరవశులౌతున్నారు.

గుడిముందు నందిలా ఇక్కడ శునక విగ్రహం వుంది.

నాలాంటి వారి కోసం పూలూ ప్రసాదం, చిన్న హోమియోపతి సీసాడు సారా ఒక వందరూపాయలకి అమ్ముతున్నారు. ఒకటి కొని సమర్పించా.

అక్కడ కాశీ తాళ్లు, మనకి అలా అనడమే అలవాటు. ఉజ్జయినీ తాళ్లు అనాలేమో తెలియదు. మొత్తానికి నల్లటి తాళ్లు చేతికి కడుతున్నారు. ఈమె మీరూ కట్టించుకోండి అంది. కట్టించుకున్నా. ఎంత అంటే మీ ఇచ్ఛ అన్నాడు. పదిరూపాయలు ఇచ్చా, సంతోషించాడు.

మొత్తం ఉజ్జయినీ యాత్రలో ఎక్కడా డబ్బు దోపిడీ కనపడలేదు. ఈ కాశీతాడు కట్టేటప్పుడు ఒక పద్ధతి అవలంబించాడు. చేతికి చుట్టి ముడివేసి కత్తెరతో కత్తిరించి ఫెవీక్విక్ లాంటి ది రాసాడు ముడి ఊడిపోకుండా! నిజంగా మూడు నెలలు కావస్తున్నా ముడి విడిపోలేదు.

అనంతరం అంగారకాలయం లో అంగారకుణ్ణి దర్శించాం. ఇక్కడ గుడికెదురుగా గొఱ్ఱి విగ్రహం వుంది.

ఎలుక, చిలుక, శునకం, గొఱ్ఱి మొదలైన సమస్తజీవరాశులకూ ప్రాధాన్యత ఇచ్చే సంస్కృతి ఏదో హైందవ ధర్మంలో వుంది. లోకాస్సమస్తాః సుఖినో భవంతు...

నీతి: దృష్టి కోణాన్ని బట్టి ఆచార వ్యవహారాలు వుంటాయి, అర్థం ఔతాయి.

❖❖❖

ఉజ్జయినీ సందర్శనం ఉత్సాహంగా జరుగుతోంది. మమలేశ్వరం, మహాకాలేశ్వరుల దర్శనం పూర్తయింది.

గడ్ కాళికా అమ్మవారిని దర్శించుకున్నాం. ఆమె రూపం భయంకరంగా వున్నా, కళ్లు కరుణతో వున్నాయి.

నాకైతే ప్రసన్న వదనంతోనే కనువిందు చేసింది దేవి. ఇక్కడ దీపస్తంభాలు ప్రత్యేక శైలిలో వుంటాయి. వెలిగించడం శ్రమతో కూడిన పనే ఐతే పూరీ జగన్నాథ్ ఆలయ శిఖరంపై జండా నిలుపడం అంత కష్టం కాదు. అలవాటు పడిన ఆలయానికి సంబంధించిన వారు అలవోకగా దీపాలు వెలిగిస్తున్నారు. ఆ కాంతిలో ఆలయాలు మరింత శోభాయమానం గా వున్నాయి.

ఇక్కడ మరో రెండు ఉపాలయాలు వున్నాయి. వాటిలో సరస్వతి మాత ఆలయం వొకటి.

ఈ వాగ్దేవి కాళిదాసుని అనుగ్రహించింది.

ఆయన నోటివెంట మాణిక్యవీణాం! ప్రవహించింది.

అది మొదలు కాళిదాసును వ్యాఖ్య చేయడానికి పండితులు సరిపోటంలేదు. కవుల తరం కావడంలేదు. ఒక్క శాకుంతలం నాటకాన్ని సంపూర్ణంగా అర్థం చేసుకుని, ఆనందించగలిగినా చాలనిపిస్తుంది. రఘు వంశంలో దీపశిఖేవ రాత్రౌ.... లాంటి ఊహ తలుపుకు వచ్చినా చాలు.

ఇందుమతీ స్వయంవరం లాంటి వొక ఘట్టం కంటికి కనబడినా చాలు. మహాకవీ! కవికులగురువా! నమస్కారాలు.

భర్తృహరి గుహలోకి దూరా. ఊపిరాడదు. ఐనా ప్రవేశించా!

"నతు ప్రతినివిష్ట మూర్ఖ జన చిత్తమారాధయేత్" అని ఎంతమొత్తుకున్నా, మన ధోరణి మారదు కదా! అనీ అనుకున్నా.

కృష్ణుడికీ కుచేలుడికీ వొకే చోట విద్యగరపిన సాందీపుని నివాసం చూసా!

కాదేని తద్వనజాతాక్షుని పాదపద్మములు సందర్శించినన్ చాలదే అని కుచేలుడిని కృష్ణుని దగ్గరకు పంపిన వామాక్షి గుర్తొచ్చింది. అటుకులు తిని, ఐశ్వర్యం కురిపించిన సంగతి తలపొచ్చింది.

విక్రమార్కుడి సింహాసనం గుర్తొచ్చింది. సాలభంజికలూ మెదిలారు మదిలో....

ఈ ఉజ్జయిని యాత్ర వొక ఉద్వేగం, ఉత్సాహం, జ్ఞాపకాల సంపద, మైత్రి మొదలైన ఎన్నో అనుభూతులు ఇచ్చింది.

రాత్రి 9 ఔతోంది. అశోకా వెనుక వీధిలో ఒక శేఠ్‌ల హోటల్ వుంది. దాని సమాచారం సేకరించి అక్కడకి తీసుకెళ్లాడు సాయి. ఎలాకార్ట్ పద్ధతి భోజనం. నాకు నచ్చింది. పరిశుభ్రంగా వుంది ఆ ప్రదేశం.

ఇంక రాత్రి గడిపి ఉదయం ఝాన్సీ బయలుదేరాలి. అక్కడికి చేరిన మూడోరోజు మా పల్లిపాలెం ప్రయాణం.

అలా ఉజ్జయినీ దర్శనం పూర్తయింది. ఉదయం లేచి కాల్యాలు తీర్చుకుని అందరం అశోకాలాడ్జి కౌంటర్‌కి ఎదురుగా గల సోఫాల్లో కూర్చున్నాం.

సాయి కౌంటర్లో బిల్లు సెటిల్ చేసాడు. సుఖవీర్ రాత్రి సుఖంగా నిద్రించాడేమో ఫ్రెష్ గా తయారై నాలుగు వందల కిలోమీటర్లపైగా ప్రయాణించడానికి సన్నద్ధంగా

వున్నాడు.

ఒకసారి బండికేసి చూసి, నిట్టూర్పు విడిచాడు. దారిలో వర్షానికి బండి బురద బురదగా వుంది. కొత్త వాహనం ఇలా ఉండడంతో కొంచెం ఇబ్బంది పడ్డాడు.

యాంత్రికమైన ఏ ఇబ్బంది కలగలేదు.

తిరుగు ముఖం పట్టాం.ఎప్పటికప్పుడు మా సంగతులు ఫోను ద్వారా తెలుసుకుంటున్నాడు శ్రీనివాస్.

దాదాపు రాత్రి 8 గంటలకి కరారీ చేరాం. డిన్నర్ ఏర్పాట్లు శ్రీనివాస్ చేసాడు. మరి తనే చేసాడో, వంటచేసే బలవాన్ చేసాడో ఉప్పుపిండి, కొబ్బరి చెట్నీ అద్భుతంగా వున్నాయి. ఆకలి రుచి ఎరుగదు, అలా అని సింహం గడ్డీ మేయదు.

ఉదయం లేచేసరికి వీరి పక్కవాటాలో వుండే పేట్రిక్ దంపతులు వచ్చి వారింటికి బ్రేక్ ఫాస్ట్‌కి పిలిచారు.

పేట్రిక్ దంపతులు మద్రాసీలు, క్రైస్తవ మతస్తులు.

ఆయన భార్య పుష్ప చిరునవ్వుతో పలకరించే స్వభావి. ఒక అమ్మాయి, అబ్బాయి. చిన్న సంసారం.

పుష్ప తెలుగు బాగా అర్థం చేసుకోగలదు. ఒకటి రెండు మాటలు అవసరార్థం తెలుగులో మాటాడగలదు.

హిందూ, క్రైస్తవ సంప్రదాయాలు కలసి వున్నట్లు వుంటుంది.

మేం సమయానికి వారి వాటాలోకి వెళ్లాం.

పేట్రిక్ దంపతులు సాదరంగా ఆహ్వానించారు. మద్రాసు వైపు చేసే వొక రకమైన దోశలు, దానితోబాటు పాలతో చేసిన నంజుకునే పదార్థం పెట్టారు. బాగుంది. ఒక కొత్త పదార్థం రుచి చూసిన అనుభూతి కలిగింది.

పుష్ప తన కుటుంబపు ఆల్బం చూడమని ఇచ్చారు.

ఇటీవల జరిగిన శుభ కార్యం తాలూకు ఫోటోలు, క్రైస్తవ సంప్రదాయం ప్రకారం చేసిన ఆ వేడుకల దృశ్యాలు ఆకట్టుకున్నాయి.

ఆమె నాభార్యకు తమిళనాడు లో తయారైన చీర పెట్టి తన అభిమానం

చాటుకుంది. ఈమె బొత్తిగా నోరువిప్పదు, హిందీ భయం.

థాంక్యూ అని అంటే ఆమె చిరునవ్వు నవ్వారు. ఆఫీసు వేళ కావడంతో పేట్రిక్, శ్రీనివాస్‌లు వెళ్లారు.

శ్రీనివాస్ ఉద్యోగ విరమణ మరీ దూరంలో లేదు. మహా ఐతే ఏడెనిమిదేళ్లు. ఉద్యోగ విరమణ తర్వాత అక్కడే స్థిరపడ్డం ఇంచుమించు ఎవరూ చేయరు. అలా అని ఉద్యోగం కోసం దూరం వెళ్లి అక్కడ వారితో బాంధవ్యం కలిగి, ఇల్లూ వాకిళ్లు ఏర్పాటు చేసుకుని స్థిరపడిన వారూ, క్రమేణా స్వస్థలం, స్వజనంతో సంబంధాలు లేకుండా ఐనవారూ వున్నారు.

ఇప్పుడు విదేశాల్లో స్థిరపడి, వారి తర్వాతి తరానికి అసలు స్వదేశంతో స్వగ్రామం తో స్వంత మనుషులతో అనుబంధం లేకుండా చేసుకుంటున్న కుటుంబాలూ వున్నాయి. అదంతా అభివృద్ధి అనుకొని తృప్తి పడదాం.

కానీ శ్రీనివాస్ మా అందరి కుటుంబాలకు దగ్గరగా వుండాలనే ఆలోచనతో యానాంలో స్వంత ఇంటిని నిర్మించుకున్నాడు. నాకు కూత వేటు దూరం.

ఆ సందర్భంగా నీకు గృహప్రవేశం సందర్భంగా కానుక గా ఏమివ్వను? అని అడిగా సహజమైన చిరునవ్వు నవ్వి, కవివి కదా! ఆశీర్వాదాలు, ఒక కవిత చాలన్నాడు.

కవిత.

ఇల్లుండాలి.
ఇసుకలో పాదాలు దూర్చి,
గూడు కట్టినప్పుడే...
మనిషి కి తల దాచుకోవాలనే
ఆలోచన మొదలైంది.
సహజ ఆవాసాలైన
గుహలు వదిలిపెట్టి
నాగరీకం మొదలైనప్పుడే
ఇల్లు కట్టుకోవాలనే
ఆకాంక్ష మొదలైంది.
గడ్డిపోచలు పేర్చి కళ్లముందే
గూడు కట్టిన పిట్ట ను చూసినప్పుడే

నిర్మాణ కౌశలం అలవాటైంది
శుభ్రంగా అలికి ముగ్గులు పెట్టి
తోరణాలు కట్టిన ఆ ఒంటి నిట్రాట పాకని
చూసినప్పుడే వొక ఊహా చిత్రం మొదలైంది.
గృహంలో ప్రవేశించడం అంటే...
తన ప్రగతిని ప్రకటించడం
ప్రయోజకత్వాన్ని ప్రపంచానికి చాటడం.
మనిషికి.. ఇల్లుండాలి!
ఇంటి చుట్టూతా ప్రహరీ వుండాలి
దానిలోపల ఊదారంగు పూలుపూసే
మొక్కలుండాలి.
కిటికీ ఊచలకు చుట్టుకునే
పచ్చపూల తీగలుండాలి.
ఒకరిద్దరు ముసలివాళ్లుండాలి.
వాళ్ళు స్వీయానుభవాల్ని...
నెమరు వేస్తూ వుండాలి
రెండు మూడు శిశువులు ఉండాలి
వాళ్ల పాదముద్రలు ఇల్లంతా ఉండాలి
తలుపులు మూసి వున్నా
ఆ ఇంటి యజమానుల గుండె తలుపులు
బార్లా తెరిచి వుండాలి
చిరునవ్వుల స్వాగతాలు ఉండాలి.
కూర మాత్రమే వండుకుని
వారానికి ఒకసారి తిన్నా ఫర్వాలేదు
ఇల్లు స్వంతమై వుండాలి.
ఇల్లాలి ఎదురు చూపులు
నిత్య శోభస్కరంగా వుండాలి.
తూర్పున శుభోదయాలు
సౌరభాలు వెదజల్లాలి.
ఇది అతడికి నేను కానుక చేసిన కవిత

శుభ+ఉదయాలు =శుభోదయాలు. శుభ శ్రీనివాస్ భార్యపేరు.

సౌరభాలు=శ్రీనివాస్ కొడుకు సౌరభ్. ఈ కవిత లో నా ప్రయోగాలు.

అరటి పువ్వు వొక్కొక్క పొరా వొలుచుకుంటూ పోతే చివరికి శంకు ఆకారంలో చిన్న పదార్థం మిగులుతుంది. అలా వుంది. ఆ పదార్థం కమ్మగా వుంటుంది. పిల్లలు నాకంటే నాకని అడుగుతారు. నేనూ అలా అడిగిన వాడినే. ఐతే కమ్మదనంతోబాటు చిన్న వగరు కూడా వుంటుంది.

ఝూన్సీ మావయ్యకి మధునాపంతుల సత్యనారాయణ శాస్త్రిగారు తన తమ్ముడి బావమరదీ, తనచేత కాశీ మొదలైన యాత్రలు చేయించిన మా ఝూన్సీ మావయ్యకి సందేశంగా వొక ఐదు పద్యాలు ఆశీస్సులు పలుకుతూ పంపారు.

ఆ ఐదు పద్యాలు మొత్తం మావయ్య పరిణామక్రమం, కాకినాడలో ఎందుకు ఇల్లు కట్టాడం లాంటి సంగతులున్నాయి.

మా తల్లిగారి పితామహుడు వేంకట రామశాస్త్రిగారు సత్యనారాయణ శాస్త్రిగారికి మేనత్త భర్త, కవితాగురువు. పిఠాపురం ఆస్థానకవి. తన భవనానికి కవితావిలాసం అని పేరుపెట్టు కున్నారు.

ఇప్పుడు వారి మనవడు కాకినాడలో ఇల్లు కట్టాడు. దాని పేరూ కవితావిలాసం అనే పెట్టుకున్నాడు. అది తాత భక్తి.

పిఠాపురం నుండి కవితావిలాసం కాకినాడ కి వచ్చింది.

దానికి కారణం ఇలా రాసారు... "పూర్వ మహీపతి వెల్గులేమి ఇత్తెరగున కొత్త యూరికరుదెంచితివా! కవితా విలాసమా!"

ఇక మాకూ మావయ్యకూ కల అనుబంధం చాటే పద్యం ఉదహరిస్తా.

పద్యం.

ప్రేమస్విన్నములైన భావముల మా బిడ్డల్ ముదంబార ఝూ
న్సీ మావయ్య గా బిల్చుకొందురెలమిన్ జెల్వొప్పగా రై
ల్వే మార్గంబున ఇంజనీర్ వినయమూర్తి స్ఫూర్తి పత్నీ సుతా
రాముండై నవమందిరంబున సుదీర్ఘ శ్రీల జోఁటాడుతన్!

కొన్ని ప్రేమలూ, కొన్ని మొగమాటాలూ, కొన్ని నిర్బంధాలూ తప్పవు కవులకి.

సమ్మాన పత్రం వ్రాయమనో అభినందనలు తెల్పమనో ఆశీర్వచన పద్యాలనో రాయక తప్పదు.

కానీ ఈ ఐదు పద్యాలు ఎంతో ప్రేమతో, సంతోషంతో రాసినవి. ఆ ప్రేమ స్పృహ ప్రతిపద్యంలోనూ తెలుస్తోంది.

కొద్ది పాటి అనారోగ్యంతో ఆయన గృహప్రవేశం సమయానికి రాకపోవడంతో ఈ ఐదు పద్యాలూ వచ్చాయి.

ఇవి శాశ్వతంగా మిగిలిపోయాయి.

తన అభిరుచికి తగినట్లు కాకినాడ వచ్చి ఈ కవితా విలాసంలో విశ్రాంత జీవితం గడుపుతున్నారు. ఇటీవలే తన కొడుకు వత్తిడితో హైదరాబాద్‌కి మకాం మార్చారు.

నీతి: మనం వొకటి అనుకుంటాం. కాలం మరొకటి ఇస్తుంది.

❖❖❖

ఎక్కడైనా సంతోషంగా గడపడమే మనకి కావాల్సింది.

ఏదేనా ఒక రచన చేయదలచినపుడు, ఒక ప్రణాళిక వుంటుంది. దానిలో వస్తువు సామాజికమా! వ్యక్తిగతమా! అనే ప్రశ్న వుంటుంది. ఏ ప్రయోజనం కోసం రాస్తున్నామో ఆ ఎరుక కలిగి వుంటుంది.

అలాంటి ఏ ప్రణాళిక లేకుండా సాదాసీదాగా మొదలుపెట్టా, చిత్రంగా అనేక జ్ఞాపకాలు పొరలు పొరలుగా విప్పుకోడం మొదలైంది.

ఇది ముగించవలసిన సందర్భం దగ్గరకి వచ్చింది. ఐనా అనేకానేక సంగతులు, సందర్భాలు ముప్పిరిగొంటున్నాయి.

అలాంటి జ్ఞాపకాలలో మా పెద్ద చెల్లి, బావ, వారి పిల్లలు ఝాన్సీ పర్యటన వొకటి.

నా తోడబుట్టిన పాప (అలా పిలవడమే అలవాటు), తనకుటుంబం విశాఖపట్నంలో వుండేవారు. మా బావ స్వస్థలం ఐలెండ్ పోలవరం. పల్లిపాలానికి 10 కిలోమీటర్ల దూరం.

పుట్టిన ఇల్లూ పల్లెటూరే, మెట్టిన ఊరూ పల్లెటూరే, బావగారిది బదిలీ లేని ఉద్యోగం. దాంతో ప్రత్యేకంగా వొక చోటుకి వెళ్లలేదు.

మేనమామ దగ్గర చనువు, భర్తకి కూడా దగ్గర చుట్టరికం (వరుసకి అన్నగారు) కావడం, నేను ఝాన్సీని గురించి వింతలూ విడ్డూరాలూ చెప్పడం వల్ల ఝాన్సీ బయలుదేరారు.

మా బావ అరవింద మిత్ర పేరుతో రచనలు చేసేవాడు, మంచి సంగీత జ్ఞానం కలిగి నృత్య రూపకాలు రచన చేసినవాడు సూర్య నారాయణ శాస్త్రి.

తనదో చిన్న ప్రపంచం, అందరినీ ఆదరించి ప్రేమించే స్వభావం కలిగిన వారు మా చెల్లి, బావ. ఝాన్సీ వచ్చారు. నేను ఎందుకు వెళ్లానో గుర్తులేదు కానీ వారొచ్చేసరికి అక్కడే వున్నా. ఒకవారం సెలవుమీద వారొచ్చారు. మావయ్య, భార్య ప్రేమగా స్వాగతం పలికారు.

నేను, మా చిన్న మేనమామ, బావలతో సాయంకాలాలు షటిల్ బ్యాడ్మింటన్ ఆడేవారం. దగ్గరలో వున్న ఓర్చా, మాతా టిల్లా డేమ్, ఝాన్సీ పోర్టు మొదలైన ప్రదేశాలు తిప్పి చూపించాం.

ఆగ్రా, తాజ్ మహల్ చూసి అక్కడ నుండి ఢిల్లీ వెళ్లారు వాళ్ళు.

ఝాన్సీలో సదర్ బజారులో గల ఐరన్ పైపుతో చేసి, టేపుతో అల్లిన కుర్చీలు నచ్చాయి బావకి. అవి కొనాలి. హిందీ బాగా మాటాడగలడు, ఐతే చిన్న చిక్కేమిటంటే మావయ్య డబ్బు తీయనివ్వడు, అలా తీసుకోవడం ఈయనకు నచ్చదు. మొత్తం మీద కొనకుండా వచ్చేసాం.

వారి సెలవులు పూర్తయి బయలుదేరే రోజొచ్చింది. ఈలోగా నాలుగు కుర్చీలు తీసుకుని వచ్చాడు కారుడ్రైవరు.

అసలే మొగమాటి, వారి ఆతిథ్యం తో ఎంతో సంతోషాంతరంగంతో బయలుదేరారు, ఇప్పుడు ఈ కానుక, ఎంతో చెప్పండి అని బావ, చెప్పను అని మావయ్య. మా మావయ్య నాకు ఇచ్చాడని నా చెల్లెలు ఆ విధంగా పరిష్కారం అయింది.

ఏ సందర్భం వచ్చినా మా బావ తన సత్యం అన్నగారిని తలుచుకుంటూ వుంటాడు. ఝాన్సీ కేంద్రంగా ఆప్యాయత, అనురాగం అల్లుకొన్న జ్ఞాపకాలు ఎన్నో.

మోరోపంత్‌కీ మధునాపంతులకీ ఏదేనా చుట్టరికం వుందేమో తెలియదు. మావయ్య ఉద్యోగ విరమణ చేసాక ఝాన్సీతో సంబంధం తెగిపోతుందేమో అనుకున్నా. అలా కాలేదు. ఝాన్సీతో అనుబంధం బావమరది శ్రీనివాస్ రూపంలో కొనసాగుతోంది.

అవే దారులు, అవే గమ్యాలు. ఐనా నిత్యనూతనంగా, అత్యంత పురాతనంగా

అనిపిస్తాయి. నా ఇరవైనాలుగో ఏట నుంచీ ఈ ప్రాంతం తిరుగుతూనే వున్నా. ఇప్పటికీ అంటే ఏడుపదులు దాటినప్పటికీ... వెడుతూనే వున్నా. అక్కడి ప్రదేశాలతోబాటు మనుషలనీ కలుస్తూనే వున్నా.

వీరాంగన లక్ష్మీబాయి నుండి ఏం స్ఫూర్తి పొందానో తెలియదు.

ఐదేళ్ల క్రితం వెళ్లినప్పుడు అక్కడ నిర్మాణం ఆగిపోయిన ఫ్లైవోవర్లు, గుంతలు పడిపోయిన ఇరుకురోడ్లు, అరకొర సదుపాయాలు. ఇప్పుడు యోగీ ఆదిత్యనాథ్ ముఖ్య మంత్రిత్వంలో వంతెనలు పూర్తయ్యాయి, ఇరుకు రోడ్లు విశాలమయ్యాయి, గుంతలు పూడ్చబడ్డాయి.

ఇవన్నీ నా ప్రాంతానికి చెందిన అభివృద్ధిగా అనిపించింది. మనం వార్తల్లో చూస్తున్న భయంకర వాతావరణం ఏమీ లేదు. అందరూ కలిసిమెలిసి జీవిస్తున్నారు. పూట గడవనివారు, శ్రమ పడితే గాని ముద్ద నోటికి వెళ్లని వారు అన్ని మతాలవారూ, అన్ని సామాజిక వర్గాలకు చెందిన వారూ వున్నారు. యోగిపై ప్రశంసలు విన్నా.

బ్రాహ్మణ సామాజిక వర్గం కూడా కూలిపని చేసుకుని, కష్టాన్ని నమ్ముకుని బ్రతుకుతున్నారు. ఐతే మిగతా చోట్ల కన్నా వీరిని గౌరవంగానే చూస్తోంది ఇక్కడి సమాజం.

నాకు ఉత్తరాది ఆలయాల్లో నచ్చినవి ప్రసాదాలు. కోవా కళ్లకద్దుకు తినడం ఎంత బాగుంటుంది. ఆలయాలలో అర్చకుల ఆహార్యం, మంత్రాలు ఉచ్చారణ భిన్నంగా వుంది. మనవేపు అర్ధనగ్నంగా వుంటారు పూజారులు. ఉత్తరాది వారు పొడుగు చేతుల చొక్కా, కొండొకచో స్వెట్టర్ ధరించి వున్నారు. బహుశా వాతావరణానికి తగినట్లు ఆహార్యం కావచ్చు.

ఇక మంత్రం సామవేదంలా అనిపిస్తుంది. ఇంచుమించు పిలక లేని బాపడు కనబడడు. కాలేజీ విద్యార్థులకు కూడా మినహాయింపు లేదనుకొంటున్నా. ఐడెంటిటీకి కూడా కావచ్చు.

మావయ్యదీ నాదీ అందరు మేనమామలతో మేనల్లుళ్లకీ కల సంబంధం లాంటిదే. తండ్రి వైపు పినతండ్రులతో తల్లి వైపు మేనమామలతో గల సంబంధాలు ఇంచుమించు వొకటే. ఐతే బాబాయ్‌లకు అధికారాలుంటాయి. మేన మామలకు వుండవు.

ప్రేమల విషయం వచ్చేసరికి మేనమామలకే పెద్ద పీట.

నాకు అదృష్టం ఏమిటంటే ఏడుగురు మేనమామలు. బాబాయ్‌లు లేరు. పెద్దనాన్న గౌరవ పీఠంపై వుంటారు.

పెద్ద మేనమామ స్వయంగా పిల్లనిచ్చి మామగారై బాంధవ్యం స్థిర పరుచుకున్నాడు. ఝాన్సీ మావయ్య నా రెండో తమ్ముడు వాసుకి తన కూతురినిచ్చి బంధుత్వం బలపరచుకున్నాడు.

మా అనుబంధం నా పదోతరగతిలో మొదలైంది. కొనసాగుతోంది.

ఐతే విభేదాలు లేవా అనే ప్రశ్న వస్తుంది. ఉన్నాయి. ఎందుకు వుండవు. వయసుతో బాటు ప్రాధాన్యతా క్రమాలు మారతాయి.

మాకు పెళ్లిళ్లు అయ్యాయి. తండ్రులం అయ్యాం. వాళ్ల పెళ్లిళ్లు చేసాం. తాతలమయ్యాం. వారు ఎత్తుకొని ఆడించే స్థాయి దాటి మాకు సలహాలు ఇచ్చే స్థితిలోకి వచ్చారు.

మనసు వున్నా ఇది వరకటిలా బీచ్ రోడ్లంట తిరగలేం. అప్పటికప్పుడు ఏది తోస్తే అది చేయలేం. ఐనా కథ కంచికి పోయినా కథ వాసన మిగిలేవుంది. అరగ దీసిన గంధపుచెక్క అరిగి అదృశ్యం కావచ్చు కానీ దాని పరిమళం జీవితం అంతా పరివ్యాప్తమై వుంటుంది.

ఇక శ్రీనివాస్. ఆరుగురు ఆడపిల్లలతో పెరిగినా దక్షత కలవాడు. మోతాదు ఎరిగి మసలడం అతనికి ఉద్యోగం నేర్పింది కావచ్చు.

పెద్దక్క పట్ల ప్రేమ, నా పట్ల గౌరవం, తన తండ్రి లేక పోవడం కొన్ని సందర్భాల్లో ఆ స్థానాన్ని నాతో భర్తీ చేసుకుని ముందుకు వెళ్లడం తెలిసినవాడు. తనకి అనుగుణంగా నడుచుకొనే భార్య కలిగి మా ఇద్దరికీ ఏ అసౌకర్యం లేకుండా చూసుకొనే స్వభావం కలవాడు.

ఇవన్నీ నాకు వొక పెద్ద సమిష్టి కుటుంబ వారసత్వం వల్ల లభించిన అదృష్టాలు.

మీరూ అందరి దగ్గర కీ వెళ్లండి, వారినీ ఆహ్వానించండి.

ఆనందించండి. పెద్దగా ఖర్చు కాదు. ఒక మాల్ లో గంట గడిపితే అయే ఖర్చు తో మనవారితో రెండు రోజులు గడపచ్చు.

నాకు ఝూన్సీలో పరిచయమై తమ స్నేహంతో సేవలతో నన్ను తమవాడిగా భావించిన మానవులకు ధన్యవాదాలు...

ఇది ఇంతటితో ఐపోయిందా అంటే లేదు. కొన్నేళ్ల తర్వాత శ్రీనివాస్ యానాం వచ్చేస్తాడు.. ఐనా ఝూన్సీతో నాకు జీవిత కాలపు అనుబంధం కొనసాగుతుంది.

మా ఊరికి చెందిన సురేష్ అనే యువకుడు, నాకు నా శ్రీమతికీ ఇష్టుడు, నా ప్రియశిష్యుడు. ఇప్పుడు ఐ. హెచ్. పీ లో చేరాడు. కరారీ లో వుంటాడు.. అతడికి 35 సంవత్సరాల సర్వీసు వుంది. నాకు 30 సంవత్సరాల జీవితం వుంది.

ఒకానొక జననాంతర సౌహృదం ఏదో ఝూన్సీతో వుంది.

ఇక్కడితో ఈ రచన సమాప్తం. ఇది చదివిన వారి మేనమామలు వారిని ప్రేమిస్తారు. విన్న మేనమామలు అల్లుళ్ల పట్ల ప్రేమ కలిగి వుంటారు.

నీతి : ప్రేమించండి. ఊరునైనా, బంధువుల నైనా.

మహా ఐతే తిరిగి ప్రేమిస్తారు.

ఇతి శమ్.

❖❖❖